जीव रंगला रंगला...

दिलीपराज प्रकाशन प्रा.लि.™

२५१ क, शनिवार पेठ, पुणे - ४११०३०.

दिलीपराज प्रकाशनाची सर्व पुस्तके आता आपण Online खरेदी करू शकता.

आमच्या Website ला कृपया एकदा अवश्य भेट द्या. अथवा Email करा.

Email - diliprajprakashan@yahoo.in I

www.diliprajprakashan.in

जीव रंगला रंगला...

(आत्मकथनपर)

डॉ. श्रीपाल सबनीस

TM
दिलीपराज प्रकाशन प्रा. लि.
२५१ क, शनिवार पेठ, पुणे - ४११ ०३०.

जीव रंगला रंगला
Jeev Rangala Rangala

ISBN : 978 - 93 - 82988 - 81 - 6

प्रकाशक । राजीव दत्तात्रय बर्वे । मॅनेजिंग डायरेक्टर ।
दिलीपराज प्रकाशन प्रा. लि.। २५१ क, शनिवार पेठ, पुणे ४११०३०.
दूरध्वनी क्रमांक (फॅक्ससहित)
२४४७१७२३ । २४४८३९९५ । २४४९५३१४

© प्रकाशकाधीन

लेखक - श्रीपाल सबनीस
गणराज 'ब' अपार्टमेंट, फ्लॅट नं १,
नारायण पेठ पोलीस चौकीसमोर । पुणे ४११०३०
भ्रमणध्वनी - ९४२२३६९५२०

मुद्रक Repro India Ltd, Mumbai.

प्रथमावृत्ती । १५ मार्च २०१४

प्रकाशन क्रमांक । २१०३

अक्षरजुळणी । सौ. मधुमिता राजीव बर्वे ।
पितृछाया मुद्रणालय । ९०९, रविवार पेठ । पुणे ४११००२.

मुद्रितशोधन । एस. एम. जोशी

मुखपृष्ठ । कैवल्य राम मशिदकर

संकटांच्या वादळ वाऱ्यात असंख्य
विस्फोट झेलताना एकनिष्ठेने साथ संगत
करीत कृतार्थतेची अनुभूती देणाऱ्या
सौ. ललितास –

डॉ. श्रीपाल सबनीस

।। भूमिका ।।

सदरच्या पुस्तकात माझी संपूर्ण आत्मकथा नाही. पण आत्मकथेचे काही रंग मात्र या मांडणीत जरूर आहेत. काळजात रुजलेली सामान्य व असामान्य माणसेही इथे साकारली आहेत. पण केवळ त्या व्यक्तिरेखा नसून, त्यांच्या व्यक्तित्वासंबंधाने माझ्या अर्थपूर्ण प्रतिक्रिया आणि आमचा आपसातला अनुबंधही इथे अभिव्यक्त झालाय. शिवाय जीवनाच्या व्यापक प्रवाहात रुळलेल्या संकल्पनांसंबंधीचे मुक्त पण सूत्रबद्ध चिंतनही इथे प्रगट झालेय. त्यामुळे आत्मरंगात न्हालेल्या व्यक्तिचित्रांसह काही चिंतनिकाही या पुस्तकातून प्रकाशमान झाल्यात. माझ्या व्यक्तित्वाच्या काही खुणा या लेखनात स्वाभाविकपणेच अभिव्यक्त झाल्यात. अर्थात सत्यनिष्ठा हेच या भूमिकेचे अधिष्ठान आहे.

या पुस्तकातील बहुसंख्य लेख दैनिक 'लोकमत' नागपूरच्या रविवार पुरवणीतील 'मुक्तक' या स्तंभलेखनातून प्रसिद्ध झाले आहेत.

— डॉ. श्रीपाल सबनीस

।। विशेष आभार ।।

श्री. राजीव बर्वे
(दिलीपराज प्रकाशन प्रा. लि.)

श्री. अनिल मेहता व श्री. शंकर सारडा
(संपादक, मेहता ग्रंथ जगत दिवाळी अंक २०११)

श्री. श्रीपाद भालचंद्र जोशी
(संपादक, लोकमत पुरवणी)
लोकमत परिवार

|| अनुक्रमणिका ||

जीव रंगला रंगला...

जीव रंगला रंगला...

जीव रंगला रंगला...

· १ ·

माझ्या वैचारिक भूमिकेची अग्निपरीक्षा!

निलंगा तालुक्यातील हाडोळी हे गाव निजाम सरकारच्या रझाकारांशी केलेल्या संघर्षासाठी प्रसिद्ध आहे. याच गावी आमची ११० एकर जमीन होती. अर्थात वडील या परिसरातील बडे जमीनदार! हत्यारबंद टोळीच्या माध्यमातून निजामाशी केलेल्या ऐतिहासिक संघर्षामुळे वडिलांचे संपूर्ण जिल्हाभर प्रस्थ होते. त्यांचा मुलगा म्हणून आमचा मानसन्मान सर्वदूर होता. या झुंजार जमीनदार परंपरेशी विसंवादी ठरणारे माझे तरुण वयातील लेखन-वाचन ग्रामीण वातावरणात इतरांना न रुचणारे, न समजणारे होते, पण माझ्या पहिल्याच हस्तलिखित मासिकात मी काही कथा, कविता, सुविचार, विनोद लिहिल्याचे स्मरते. पुढे बरीच वर्षे हे हस्तलिखित मी जपून ठेवले होते.

त्यानंतर 'वाहतो ही जीवनमाला' या नावाचे नाटकही लिहिले. त्याचा प्रयोगही आमच्या वाड्यात केला. आमचा वाडा थिएटरपेक्षा मोठा! खेडेगावातला तो प्रयोग म्हणजे लोकांच्या दृष्टीने अपूर्वाईच! बाळ कोल्टकरांच्या 'वाहतो ही दुर्वांची जुडी' या नाटकाचा प्रभाव अर्थातच माझ्या या पहिल्या नाटकावर होता.

नंतरच्या काळात मी कलावंत मित्रांचे कलापथक तयार करून ३/४ वर्षे बरेच कार्यक्रम केले. त्या काळात मला गाणी रचण्याचा छंद होता. त्याच आवडीच्या ओघात मी पुण्यातील लालनिशाण पक्षाच्या एका शिबिरात सहभागी झालो. तेथे माझी काही गाणी ऐकून एस. के लिमये या तपस्वी मार्क्सवादी नेत्याने मला मुंबईला त्यांच्या पक्ष कार्यालयात नेले. दादरच्या 'श्रमिक' बिल्डिंगमधील कॉ. दत्ता देशमुख यांच्या रूममध्ये माझी स्वतंत्र कॉटवर व्यवस्था झाली. स्त्रीमुक्ती व लालनिशाण पक्षाचे काम करणाऱ्या शारदा साठे यांनी मला सोबत घेऊन हार्मोनियम, ढोलकी इ. कलापथकाचे साहित्य खरेदी केले. गरिबांचा कैवार घेणारी आणि श्रीमंत भांडवलदारांच्या विरोधातील क्रांती गीतांनी एस. के. लिमये,

कॉ. दत्ता देशमुख, कॉ. यशवंत चव्हाण ही नेतेमंडळी खुश झाली. मुंबईच्या विविध भागात माझ्या कलापथकाचे बरेच कार्यक्रम झाले. मी हार्मोनियम वाजवायचो. माझा आवाजही पहाडी होता.

लालनिशाणच्या सहवासात असतानाच कॉ. अनिल बर्वे यांची भेट झाली. त्यांचे 'रणांगण' साप्ताहिक गाजत होते. त्याच वेळी उजव्या कम्युनिस्ट पार्टीच्या कॉ. श्रीपाद अमृत डांगे यांच्या भाषणाची, जनतेवरील प्रभावाची भुरळ पडली. त्यांची सुकन्या रोझा देशपांडे व जावई बानी देशपांडे यांची मी भेट घेतली. त्यांनी मला लालनिशाण पक्ष सोडून त्यांच्या पक्षासाठी कलापथक चालवण्याचे निमंत्रण दिले. मी त्यांच्या शब्दांवर विश्वास ठेवून 'लालनिशाण' सोडले. कॉ. डांगे यांच्या निवासस्थानीच ८/१० दिवस जेवण्याची सोय केली होती. पण कलापथक वगैरे काहीही केले नाही. नंतर उशिरा लक्षात आले की, कम्युनिस्ट पक्षांच्या आपापसातील स्पर्धेत कार्यकर्ते–कलावंत यांच्या फोडाफोडीचे राजकारण माझ्याही बाबतीत करण्यात आले होते. जमीनदार घराण्यातील माझ्यासारखा कलावंत, मुंबईच्या कम्युनिस्ट चळवळीत दोनतीन महिने सामील झाला. घरी वडिलांशी काही मूलभूत स्वरूपाचे तीव्र मतभेद होतेच.

एस. के. लिमये यांची 'लालनिशाण' पाक्षिकातील मार्क्सवादासंबंधीची भाषा मला मुळीच समजत नव्हती. पण गरिबांना न्याय मिळाला पाहिजे, एवढे मनापासून वाटत असे. कॉ. देशमुखांचा त्यांच्याच रूममधील सहवास मला भावला. कॉ. चव्हाण, कॉ. मेस्त्री यांचा अभ्यास आणि त्याग मला मार्क्सवादाकडे आकर्षित करण्यात यशस्वी झाला होता. कॉ. डांगे यांच्या पक्षीय नेतृत्वाने केलेली फोडाफोडी व मला लालनिशाणपासून बाजूला करण्याचे केलेले राजकारण मला प्रचंड खटकले.

नंतर मी क्रांतिवादी चळवळीच्या शोधात असताना सुधीर बेडेकरांच्या सल्ल्याने शहादे येथील श्रमिक चळवळीत सामील झालो. कॉ. कुमार शिराळकर, कॉ. अशोक मनोहर, कॉ. विक्रम कान्हेरे इ. कार्यकर्त्यांचा त्याग मला भावला. ५/६ महिने आदिवासींची भाकर चटणी खाऊन मी कार्यकर्त्याचे जीवन जगलो. तेथे माझ्या गाण्यांचा प्रचार-प्रसार झाला. 'शाहीर' म्हणूनच या चळवळीत मला ओळख मिळाली.

त्याच सुमारास मी एम. ए. मराठी विषयात मराठवाडा विद्यापीठाच्या गुणवत्ता यादीत दुसरा आलो. कॉ. सुंदर नवलकरांच्या नक्षलवादी कार्यामुळे त्यांच्या डायरीत माझा पत्ता पोलिसांना मिळाल्याने माझ्यावर वॉरंट निघाल्याचे

गुरुवर्य प्रा. नरहर कुरुंदकरांनी कळविले. त्यावेळी मी नुकताच धुळ्याच्या विद्यावर्धिनी कॉलेजमध्ये प्राध्यापक म्हणून नोकरी करीत होतो. माझ्या रूमची पोलिसांनी झडती घेतली. माझ्या अटकेची संभावना लक्षात घेऊन मी घरातील कॉ. सुंदर नवलकरांच्या 'जासुद' चे अंक व इतर पत्रव्यवहार आर. एस. एस. च्या जयंत जोशी या माझ्या विद्यार्थ्याच्या घरी अगोदरच ठेवल्याने, पोलिसांच्या झडतीत त्यांच्या हाती काहीही लागले नाही. मी सुटकेचा श्वास सोडला. नंतर प्राध्यापकी करताना 'तू शुक्राची चांदणी' नावाच्या वगनाट्याला नरहर कुरुंदकरांनी प्रस्तावना लिहिली. ही माझी पहिली प्रकाशित कलाकृती होती. याच वगनाट्याचे अनेक प्रयोग 'अमर कलापथक मुंबई'द्वारा व्यावसायिक रंगभूमीवर शेख जैनू चाँद यांनी केले. माया जाधव त्यात नर्तकी होत्या. सुहास भालेकर दिग्दर्शक होते. रवींद्र नाट्य मंदिरातील एका प्रयोगाच्यावेळी माझा सत्कार झाला. तसेच त्याचवेळी दादासाहेब रुपवते यांच्या हस्ते माझ्या 'राया मला मुंबईला घेऊन चला' या वगनाट्याचे प्रकाशन करण्यात आले. वगनाट्यानंतर मी कॉलेजच्या विद्यार्थी कलावंतांसाठी 'क्रांती' नावाची एकांकिका लिहिली. राज्यस्तरावर या नाट्याला लेखनाचा पहिला व इतरही अनेक पुरस्कार मिळाले. त्यानंतर 'सत्यकथा ८२' ही एकांकिकाही यूथ फेस्टिव्हल व राज्याच्या इतर स्पर्धांत गाजली. यानंतरचे वळण मात्र नाट्यक्षेत्र सोडून वैचारिक क्षेत्रात घेतले गेले.

खरे तर स्वत:च्या कर्तृत्वाबद्दल लिहिताना आत्मस्तुतीचा दोष अटळपणे लेखनात येतोच! स्वत:च्या जडण-घडणीचा, विकासाचा आणि विविध वळणांचा आलेख मांडायचा तर तारेवरची कसरतच असणार! सिनेमा सृष्टीत नट होण्याची मनीषा कधी काळी तरुण वयात रुजली असताना, कवी म्हणूनही पराभूत झाल्यावर मी नकळत वैचारिक लेखनात रमलो. वैचारिक विश्वातील लबाडी हा माझ्या चिंतनाचा विषय बनला. महापुरुषांचे श्रेष्ठत्व वंदनीय मानूनही त्यांच्या मर्यादा मला स्पष्ट दिसू लागल्या. प्रत्येक महापुरुषाच्या मर्यादा सप्रमाण लेखनात मांडल्यावर जनक्षोभालाही सामोरे जावे लागले. उपहासाने काही विरोधकांनी माझे नाव 'मर्यादा पुरुषोत्तम' ठेवले. 'महापुरुषाच्या नाकातही शेंबूड असतो आणि तो वंदनीय मानता येत नाही,' असे मी टिळक स्मारक मंदिरात "दिलीपराज प्रकाशना"ने प्रसिद्ध केलेल्या माझ्या 'नवआंबेडकरवादा' वरील ग्रंथप्रकाशन सोहळ्यात बोललो. तेव्हा डॉ. यु. म. पठाण यांनी 'अशा मांडणीमुळे हुतात्मा व्हावे लागेल,' असा धोक्याचा इशारा दिला होता.

मी सांसारिक माणूस असल्याने 'हुतात्मा' होण्याचे धाडस केले नाही.

पण माझ्या परीने वादळे झेलली. भूमिका परखडपणे मांडली. अजूनही काही मांडणे बाकी आहे. सत्य सांगण्यासाठी अनुकूल वातावरणाची वाट पाहण्याची सक्ती असणे हे सांस्कृतिक दुर्दैव आहे.

कॉ. शरद पाटलांनी शिवाजी महाराजांना तांत्रिक मार्गाकडे वळलेले राजे ठरवून केलेल्या बदनामीबद्दल मी लिहिलेला लेख सुमारे दहा वर्षे थांबून २००३ मध्ये 'संस्कृती समीक्षेची तिसरी भूमिका' या माझ्या पुस्तकात प्रकाशित केला. याचाच अर्थ असा की महाराष्ट्रातील जातीयवादी संघर्षाचे वातावरण, हे सत्य मांडणाऱ्या अभ्यासकांना घातक आहे. सत्याच्या नावे असत्य पेरणारे ब्राह्मण व ब्राह्मणेतर विद्वान हे संस्कृतीचे मारेकरीच आहेत. म्हणूनच विद्वानांच्या विकृतीचा पर्दाफाश करणे सातत्याने आवश्यक असते. संस्कृतीचे शुद्धीकरण व संस्कृतीचा विकास वस्तुनिष्ठ निकषाच्या सत्यवादी मूल्यमापनातूनच शक्य आहे.

सहजपणे समीक्षालेखन आणि वैचारिक लेखनाकडे मी वळलो. मराठीचा प्राध्यापक असल्याने कलाकृतीची मौखिक समीक्षा चालू होतीच. डॉ. आंबेडकरांच्या 'बहिष्कृत भारता'वरील पीएच. डी. संशोधनानंतर वैचारिक समीक्षेची आवड नि अभ्यास वाढत गेला. तुरळक व्याख्याने चालूच होती.

दरम्यान १९८८ च्या मे महिन्यातील जळगावच्या 'अस्मितादर्श' संमेलनातील परिसंवादाचे निमंत्रण मिळाले. त्याच संमेलनातील पहिल्या दिवशीच्या परिसंवादात कॉ. शरद पाटील यांचे भाषण ऐकताना मला त्यांची मांडणी चुकीची असल्याचे जाणवत होते. मी डॉ. पानतावणे यांना वृत्तपत्राचा तुकडा फाडून त्यावर कॉ. शरद पाटलांच्या भाषणाचे खंडन करण्याची इच्छा लिहून कळविली. माझे भाषण अधिकृतरीत्या दुसऱ्या दिवशीच्या परिसंवादात असतानाही, डॉ. पानतावणे यांनी मला संधी दिली.

कॉ. शरद पाटलांच्या भाषणातील 'ब्राह्मणी व अब्राह्मणी' या तात्त्विक मांडणीला मी सप्रमाण विरोध करून त्यांच्या तात्त्विक भूमिकेचे खंडन केले. माझे भाषण कमालीचे प्रभावी झाले. संमेलनाला हजर असणाऱ्या डॉ. भालचंद्र फडके, नामदार मधुकरराव चौधरी, खुद्द डॉ. गंगाधर पानतावणे यांनी शाबासकी देऊन माझ्या भाषणाचे कौतुक केले. दुसऱ्या दिवशी कॉ. शरद पाटलांनी आकांडतांडव करून माझ्या डॉक्टरेट पदवीवर व ब्राह्मण्यावर प्रहार करीत भाषण केले. त्यांच्या कार्यकर्त्यांनी टाळ्यांचा प्रचंड प्रतिसाद देऊन माझे खच्चीकरण करण्याचा प्रयत्न केला. त्यांच्यानंतर मी भाषणास उठलो आणि विषयाला धरून माझी भूमिका मांडली. भाषणाच्या शेवटी मी म्हणालो, ''मी कोणताही राजकीय

पक्ष स्थापन केलेला नाही आणि माझ्या भाषणात टाळ्या वाजवण्यासाठी भाडोत्री कार्यकर्तेही या सभेत आणलेले नाहीत.''

संपूर्ण अस्मितादर्श संमेलनात कॉ. पाटील व डॉ. सबनीस यांच्या 'खडाजंगी'ची चर्चा रंगत गेली. ती संमेलनानंतर महाराष्ट्राच्या बौद्धिक वर्तुळातही पसरली. धुळ्याच्या दैनिक 'मुलुख मैदान' या वृत्तपत्रात संपादक अशोक जैन यांनी 'पाटील-सबनीस वाद' या मथळ्याखाली घडलेला संपूर्ण वृत्तान्त छापला. स्वत: अशोक जैन व शरद कबाडे अस्मितादर्श संमेलनात हजर होते. माझ्या या दोन्ही शिष्यांनी कॉ. शरद पाटील यांचा बौद्धिक दरारा असतानाही प्रथमत: जाहीरपणे वृत्तपत्रातून माझ्या वैचारिक बंडखोरीचा तपशील मांडून, गुरूमधील विचारवंताला जन्म दिला. डॉ. पानतावणे यांचे श्रेय तर बापपणाला शोभेल असेच आहे.

कॉ. शरद पाटलांची बौद्धिक दादागिरी संपूर्ण महाराष्ट्रात आणि देशात प्रसिद्ध होती. डाव्या कम्युनिस्ट पक्षातील ब्राह्मणी नेतृत्वावर टीका करून, बंड करून त्यांनी 'सत्यशोधक कम्युनिस्ट पक्षा'ची स्थापना केली होती. 'माफुवा' म्हणजे मार्क्स-फुले-आंबेडकर यांच्या तत्त्वांची गोळाबेरीज करीत, क्रांतिकारी 'दर्शन' भारताला दिल्याचा त्यांचा गर्विष्ठ दावा होता. 'ब्राह्मणी व अब्राह्मणी' संस्कृती भिन्न व परस्परविरोधी असल्याचे त्यांचे वैचारिक सूत्र होते. त्यांच्या मताने शिवाजी, शाहू महाराज, म. फुले, डॉ. आंबेडकर हे 'अब्राह्मणी' आहेत. पण शरद पाटलांच्याच मांडणीप्रमाणे शाहू महाराज हे 'जातीव्यवस्थाविरोधी' म्हणून अब्राह्मणी असले तरी ते 'वर्णव्यवस्थावादी' आर्यसमाजिस्ट म्हणून 'ब्राह्मणीही' ठरत असल्याचे मी सांगितले. अनेक मुद्यांवर माझ्या अभ्यासातील विवेकाने, कॉ. पाटलांच्या भूमिकेला शह दिला आणि सतत दोन वर्षांच्या अभ्यासानंतर माझा 'ब्राह्मणी सत्यशोधक' ग्रंथ प्रकाशित झाला. हा ग्रंथ प्रकाशित करून कॉ. पाटलांचा रोष पत्करण्यासारखी सोय नव्हती. वा. रा. सोनारांनी होकार दिला. पण कोल्हापूरच्या प्रचार प्रकाशनच्या गवळी बंधूंनी 'ब्राह्मणी सत्यशोधक' प्रकाशित करून धाडसच केले. १९९० च्या सुमारास पुण्यातील भारत इतिहास मंडळाच्या सभागृहात डॉ. य. दि. फडके यांच्या हस्ते व प्रा. राम बापट यांच्या अध्यक्षतेखाली या ग्रंथाचे शानदार प्रकाशन झाले. कॉ. पाटलांचे त्यावेळचे मित्र सहकारी डॉ. रावसाहेब कसबे यांना मी जाणीवपूर्वक प्रमुख पाहुणे म्हणून निमंत्रित केले होते. त्याचप्रमाणे कॉम्रेड नेने व ॲड. जयदेव गायकवाड या वेगवेगळ्या दार्शनिक आघाड्यांच्या प्रतिनिधींनाही निमंत्रित केले. सर्वांनीच माझ्या नव्या परखड भूमिकेचे

स्वागत केले. कार्यक्रमाला हजर असलेल्या श्रोत्यांच्या पहिल्या रांगेत शेतकरी संघटनेचे शरद जोशी होते. त्यांचा सन्मान करण्यासाठी मी मंचावरून खाली गेलो तर माझ्या हातातील पुष्पहार शरद जोशी यांनी माझ्याच गळ्यात घालून गौरव केला. कॉ. शरद पाटलांच्या भूमिकेचा प्रतिवाद करणारा ग्रंथ प्रकाशित होत असल्याची नुसती वार्ता ऐकूनच शरद जोशींसह अनेक विद्धान या कार्यक्रमास आले होते. प्रा. गोपाळ गुरुही तेव्हा मला दिसले होते.

ग्रंथप्रकाशन सोहळ्याच्या बातम्या पुण्यापासून धुळ्यापर्यंत धडकल्या. कॉ. पाटील आणि त्यांचे आंधळे पण कडवे भक्त माझ्यावर चिडून होते. कॉ. पाटलांनी त्यांच्या अनेक भाषणांतून माझ्या ब्राह्मण जातीच्या संदर्भात टीका केली. अर्थात श्रोत्यांच्या व जाणकारांच्या अर्थपूर्ण प्रतिसादामुळे माझा आत्मविश्वास दुणावला. मी त्यानंतर बरीच वर्षे प्रत्येक भाषणात कॉ. पाटलांच्या जातीयवादी दार्शनिक मांडणीचा प्रतिवाद करीत राहिलो. मी ब्राह्मण जातीत जन्मलो हा माझा गुन्हा नाही. पण मार्क्स-फुले-आंबेडकरांचा प्रभाव कॉ. पाटील व माझ्यावर असताना पाटील मात्र जातीय दार्शनिक सिद्धान्त मांडून, महापुरुषांचा अधिक्षेप करतात हे सत्य मी प्रथमत: महाराष्ट्रात मांडून वैचारिक क्षेत्रात नवी मांडणी केली.

माझी भूमिका प्रगत व क्रांतिवादी असली तरी माझी जात ब्राह्मण असल्याने मला सातत्याने संघर्ष करावा लागला. डाव्या चळवळीतील कम्युनिस्टांसोबत, आंबेडकरी मोर्चामध्ये, शेतकरी–कामगार पक्षाच्या अधिवेशनात, विद्यार्थी-मजुरांच्या चळवळीत मी सातत्याने सहभागी होत होतो. तसेच डॉ. आंबेडकरांवर डॉक्टरेट करून सर्वात प्रगत ठरलेल्या 'सत्यशोधक कम्युनिस्ट पक्षाच्या' सैद्धान्तिक मांडणीतील चुका शोधून मी ग्रंथात मांडल्या. मार्क्स-फुले-आंबेडकर-गांधी-आगरकरांच्यासह उजव्या प्रवाहातील महापुरुषांचाही अभ्यास मी करीत गेलो. त्यातूनच 'भारतीय प्रबोधन आणि नवआंबेडकरवाद' या ग्रंथाचा उदय झाला. महाराष्ट्रच नव्हे तर संपूर्ण देशाच्या सांस्कृतिक अजेंड्यावर 'नवआंबेडकरवाद' ही संकल्पना प्रथम मी या ग्रंथात मांडली. मला आदरणीय असलेल्या प्रा. ग. प्र. प्रधान सरांसारख्या श्रेष्ठ विद्वानाकडून या ग्रंथाला प्रदीर्घ प्रस्तावना मिळाली. पण त्या प्रस्तावनेत माझ्या मांडणीच्या कौतुकासोबत मूलभूत मतभेदही त्यांनी नोंदवले होते. मतभेदाच्या मुद्द्यावर मी पुन्हा याच ग्रंथाच्या माझ्या भूमिकेत प्रधानसरांच्या विरोधात मांडणी केली. पण प्रधानसरांना माझा बुद्धिवाद व त्याच्यावरील श्रद्धा त्यांना माहीत होती. म्हणूनच प्रधानसरांनी २००३ च्या सुमारास त्यांच्या प्रस्तावनांचा

संग्रह असलेल्या 'मला उमजलेले' या पुस्तकाची प्रस्तावना लिहिण्याची सूचना मला केली. मला आकाश ठेंगणे झाले. महाराष्ट्राने लोटांगण घालून ज्यांचा पवित्र आशीर्वाद घ्यावा, त्या प्रधान मास्तरांच्या पुस्तकाला माझी प्रस्तावना खुद्द प्रधानसरांनी मला मागावी– यापेक्षा माझे भाग्य कोणते? मी विनम्रपणे त्यांच्या आज्ञेचे पालन केले. प्रधानसरांच्या जवळील कुणाला तरी ही बाब खटकली असावी. तिचे पडसाद प्रधान सरांच्या पत्रातून मला जाणवत होते. पण 'अभिवादन' म्हणून लिहिलेली माझी प्रस्तावना प्रधान सरांनी त्यांच्या 'मला उमजलेले' या प्रतिमा प्रकाशनाच्या पुस्तकाला स्वीकारली. पुस्तक हातात पडल्यावर पुस्तकाच्या शेवटी सदर प्रस्तावना (अभिवादन) लेख म्हणून छापल्याचे लक्षात आले.

खरे तर प्रधान सरांच्या या पुस्तकात फक्त त्यांनीच लिहिलेल्या इतरांसाठीच्या पुस्तकांच्या प्रस्तावना होत्या. मग या सर्व प्रस्तावनांच्या शेवटी माझा लेख कोणत्या अर्थाने छापला? खुद्द प्रधान सरांनीच मला त्यांच्या या पुस्तकासाठी प्रस्तावना लिहून मागितली असताना व ती मी लिहून दिली असताना, पुस्तकाच्या प्रारंभी न छापता शेवटी छापण्याचे प्रयोजन कोणते? या प्रक्रियेत इतर कुणाचा तरी मानसिक करंटेपणा असल्याचा निष्कर्ष मी काढला व मौन पाळले. आळंदीच्या अ. भा. मराठी साहित्य संमेलनातील १९९५ परिसंवादामध्ये मी संतांच्या वाङ्मयीन सामर्थ्यासोबतच वर्णव्यवस्था समर्थनाच्या मर्यादेवर बोट ठेवले होते. प्रा. सदानंद मोरे यांना काहीतरी खटकले. माझे भाषण चालू असतानाच ते मंचावर उभे राहून माझ्या विरोधात बोलू लागले. मोरे हे संत तुकारामांचे वंशज आणि आळंदी परिसर हा त्यांचा खास अड्डा! मी आळंदीला अपरिचित. शिवाय ज्ञानेश्वरांच्या पवित्र भूमीत त्यांच्याच मर्यादा, हजारो भक्तांच्या साक्षीने मांडत होतो. त्यामुळे वातावरण बिघडले. समोरचे अनेक श्रोते उभे राहून ''ए, औरंगजेबाची औलाद, खाली बस'' म्हणून घोषणा देत होते. माझे भाषण बंद करणे आवश्यक झाले. 'सांस्कृतिक दहशतवादाचा' निषेध करून मी घाबरून जागेवर बसलो. परिसंवादाचे अध्यक्ष असलेल्या डॉ. गंगाधर पानतावणे यांनी माझी ब्राह्मण जात खवळलेल्या हजारो श्रोत्यांना सांगावी, अशी घालमेल मनात चालू होती. सत्य लिहिणारा, बोलणारा माझ्यासारखा परखड अभ्यासक, आक्रमक गर्दीसमोर हतबल झाला होता. प्रचंड गर्दीचा मार बसला तर मला 'हुतात्मा' व्हावे लागले असते. या प्रक्रियेत संतसाहित्याचे अभ्यासकही विवेक व संकेत गुंडाळून सामील व्हावेत, याची खंत वाटत होती. काही श्रोते ''बोलू द्या'' म्हणत होते. पण ते अल्प होते. डॉ. पानतावणे यांच्या सोबतीने मी मंचावरून खाली आलो. तेव्हा

माझ्याभोवती कार्यकर्त्यांनी गराडा घालून माझे अभिनंदन केले. त्यात जोशी-कुलकर्णी जातीचा एकही नव्हता. बनसोडे, गायकवाड नावाचे बहुजन समाजातील लोक होते. दया पवारांनी हात हातात घेऊन अभिनंदन केले. कार्यक्रम चालू असताना समोर बसलेल्या डॉ. कुमार सप्तर्षी यांची मला चिठ्ठी आली. त्यांनी माझ्या या भूमिकेबाबतचा लेख त्यांच्या 'सत्याग्रही' मासिकाच्या संत साहित्य विशेषांकासाठी मागितला होता. त्या एवढ्याशा चिठ्ठीने मला प्रचंड बळ मिळाले होते. संमेलनातील भोजनकक्षात नंतर मला कळाले की, माझ्या दाढीमुळे व संतांच्या विरोधातील मुद्यांमुळे, समोरच्या श्रोत्यांचा गैरसमज झाला. कारण ते मला मुस्लीम समजत होते. माझ्या संपूर्ण अभ्यासाचे मूळ विवेकशील वस्तुनिष्ठ चिंतनात आहे. संवाद व संघर्ष हे माझे एक सूत्र आहे. तर सामर्थ्य व मर्यादा हे दुसरे अभ्यास सूत्र आहे. खरे तर संतांच्या भूमिकेचा गौरव त्यांच्या सामर्थ्याच्या संदर्भात मी असंख्य वेळा केलाय. पण संतांच्या भूमिकेतील मर्यादांची नोंद मी अटळ व आवश्यक मानतो. मात्र आळंदीच्या संमेलनात विद्वानांसह श्रोत्यांचाही विवेक शाबूत राहिला नव्हता.

त्यानंतर मी 'संत साहित्यातील सेक्युलॅरिझम' या संशोधन प्रकल्पाचे पुस्तक, दास्ताने प्रकाशनामार्फत प्रकाशित केले. 'सेक्युलॅरिझम: प्रबोधनाचा मानदंड' हे माझे पुस्तक 'सुगावा' च्या विलास वाघांनी प्रकाशित केल्यावर संतांच्या वाङ्मयातील सेक्युलर जाणिवा शोधून त्या मी मांडल्या. मार्क्स, आंबेडकर, फुले, गांधी, टिळक, आगरकर, शाहू महाराज, गोळवलकर इ. अनेक महापुरुषांच्या सामर्थ्याची नोंद घेऊन, मी त्यांच्या मर्यादा स्पष्टपणे उघड केल्या. परिणामत: माझ्या विरोधात अनेक वेळा वादळे निर्माण झाली. धुळ्यातील शाहूजयंती कार्यक्रमात मी समाजक्रांतिकारक शाहू महाराजांचे सामर्थ्य विस्ताराने मांडले आणि त्यांच्या कर्तृत्वातील काही मर्यादांचा विद्वानांनी केलेला उल्लेख उदधृत केला. त्याचे भांडवल करून डाव्या चळवळीतील प्रामाणिक अभ्यासक असलेल्या प्रा. श्रावण देवरे यांनी कवी पुरुषोत्तम पाटलांच्या मदतीने व हिराजी पाटील यांच्या पुढाकाराने, माझ्या निषेधाची सभा १९९४ च्या ऑगस्ट महिन्यात धुळ्यात आयोजिली. धुळे सोडण्याची व घरावर पेट्रोल टाकून जाळण्याची धमकी मला देण्यात आली. रान पेटले. पण धुळ्यातील सर्वच प्रवाहातील तरुणाई विवेकावर आणि माझ्या भूमिकेच्या शुद्धतेवर अटळ राहिली. माझी ब्राह्मण जात विरोधकांनी त्यांच्या जाहीर पत्रकातून उघड केल्यावरच, मी ब्राह्मण असल्याचे खान्देशवासीयांना कळले. तोपर्यंत माझ्या जातीचा संदर्भच गौण

ठरला होता. काहीजण मला दलित समजून 'जयभीम' करीत असत. सर्व चळवळीतील कार्यकर्त्यांना मी घरी बोलावून माझी व्यथा व संकट यांची कल्पना दिली. तेव्हा प्रा. शरद पाटील, कॉ. जवाहर पाटील, महेंद्र भावसार, राजाराम पाटील या सवर्ण तरुणांसह, काशीनाथ साबरे, आबा खंडारे या दलित नेत्यांनी, तशीच अशोक जैन, योगेंद्र जुनागडे या पत्रकार संपादकांनी शेकडो तरुणांसह माझ्या निषेध सभेत माझ्या भूमिकेचे, क्रांतिनिष्ठ परिवर्तनवादी कार्याचे समर्थन केले. निषेधसभेचे आयोजक घाबरले होते. त्यांनी माझे मित्र कॉ. कुमार शिराळकर यांनाच या सभेचे अध्यक्ष केले. माझ्या विरोधी बोलण्यासाठी माझ्या आयुष्यातील सर्व विरोधकांना संयोजकांनी खास निमंत्रित केले होते. दलित कार्यकर्त्यांनी माझ्या घरातील त्यांचा नेहमीचा अनुभव सभेत उत्स्फूर्तपणे सांगितला. "प्रा. सबनीस सरांच्या घरी गेल्यावर तेथील पाण्याच्या हंड्यातून आम्ही स्वत: पाणी घेतो. डब्यातील चटणी भाकर हाताने घेऊन आम्ही अनेक वेळा एकत्र जेवतो." असे कथन करून आबा खंडारे हा दलित तरुण म्हणाला, "आज आम्ही सबनीस सरांनी दिलेली भाकरी खात आहोत. 'बॅकलॉग युवा आंदोलन' करून सबनीस सरांनी ३०० दलित तरुणांना नोकऱ्या मिळवून दिल्या. त्यांचे उपकार आमच्यावर आहेत. डॉ. आंबेडकरांच्या नंतर आम्ही त्यांनाच मानतो."

सभेचा नूर पूर्ण पालटला. कारण माझ्या समर्थनार्थ खान्देशच्या ग्रामीण भागातून शेकडो कार्यकर्ते स्वखर्चाने ट्रॅक्टर करून सभेला आले होते. ५/७ विरोधक पूर्णत: गर्भगळित झाले. पडद्याआडून निषेधासाठी साथ देणारे कॉ. शरद पाटील सभेत हजर नव्हते. सभेच्या शेवटी मंजूर झालेल्या ठरावात, माझे जाहीर अभिनंदन करण्यात आले. कारण त्याच सुमारास 'डॉ. आंबेडकर संशोधन संस्था, पुणे' या संस्थेने मला म. फुले पुरस्कार जाहीर केला होता. माझ्या निषेधसभेचे रूपांतर माझ्याच अभिनंदन सभेत झाले. देशाच्या सांस्कृतिक इतिहासात असे प्रसंग दुर्मीळ असावेत. दुसरे दिवशीच्या दै. गावकरी वृत्तपत्रात ठळक बातमी होती, 'निषेधाऐवजी डॉ. सबनीसांचे अभिनंदन!' विचारवंत म्हणून महाराष्ट्रभर ख्याती अनुभवताना जो सुखद अनुभव मिळतो, तो खराच! पण अशा दु:खद अनुभूतीमुळे स्वत:सह संसाराची चिंता सतावत राहते. वैचारिक पात्रता गमावलेली झुंडशाही, संस्कृतीच्या विकासात बाधा असते. पण या असभ्य-असांस्कृतिक दहशतवादी प्रवाहाचे भरणपोषणसुद्धा बुद्धिवादी म्हणवणारी मंडळीच करतात, याबद्दल खेद वाटतो. उजवे तत्त्वज्ञान मांडणारे पक्ष हे डाव्यांच्या दृष्टीने प्रतिक्रांतिवादी आहेत. पण खुद्द डाव्या प्रवाहातही जातीचे संदर्भ पायाभूत मानून विवेकाचा गळा

दाबण्याचे प्रकार चालतात. सत्याच्या नावे असत्य पेरले जाते. डाव्या विचारांच्या महापुरुषांच्या जयघोषात त्यांच्याच तत्त्वांचा मुडदा पाडला जातो. ही सांस्कृतिक शोकांतिका माझ्या वैचारिक प्रवासात अनेकवेळा भोगावी लागली. मी महापुरुषांच्या मर्यादा सांगतो, लिहितो म्हणून अनेक विद्वानांचा माझ्यावर राग आहे. ब्राह्मण, मराठा, माळी, दलित या जातीच्या काही लोकांनी वेगवेगळ्या वेळी भिन्न भिन्न महापुरुषांच्या संदर्भात माझा निषेध केला. पण या लोकांनी माझी वस्तुनिष्ठ भूमिका विवेकाने समजून घेतली असती तर मी कोणत्याही महापुरुषाच्या विधायक कर्तृत्वाचा विरोधक नसल्याचे लक्षात येईल. महापुरुषावरील अतिरिक्त श्रद्धा, विद्वानांच्या व कार्यकर्त्यांच्या जीवननिष्ठेचा व सोईचा भाग असतात. पण हे संपूर्ण सत्य नव्हे.

समाजशास्त्र, राज्यशास्त्र, इतिहास, तत्त्वज्ञान, साहित्य इ. संबंधाने माझ्या व्यासंगातून अनेक वैचारिक व समीक्षात्मक ग्रंथांची निर्मिती मला करता आली. माणसाच्या बुद्धीचा आणि निसर्गाचा अनुबंध जोडून मी संस्कृतीच्या विविध प्रवाहांचा वस्तुनिष्ठ अभ्यास अनेक ग्रंथांतून मांडला. नानासाहेब गोरे, प्रा. ग. प्र. प्रधान, गेल ऑमवेट इ. मान्यवरांनी माझ्या ग्रंथांना प्रस्तावना लिहिल्या. त्याचबरोबर डॉ श्रीराम लागू, न्या. चंद्रशेखर धर्माधिकारी, डॉ. गंगाधर पानतावणे, डॉ. कसबे, प्रा. केशव मेश्राम, शेषराव मोरे, भाई वैद्य, न्या. धर्माधिकारी इ. मान्यवर विद्वानांनी माझ्या भूमिकेचा गौरव विविध प्रसंगी केल्याने मला बळ प्राप्त झाले.

मुंबई-पुण्यासह विदर्भ खान्देशच्या सुमारे ३४ नव्या-जुन्या लेखक-कवी कादंबरीकारांच्या पुस्तकांना प्रस्तावना देण्याची संधी मला मिळाली. त्यामुळे सांस्कृतिक लोकशाहीची पेरणी करण्याचे समाधानही लाभले.

महाराष्ट्राच्या सांस्कृतिक प्रवाहातील ब्राह्मण–ब्राह्मणेतर वादाचा इतिहास सत्याच्या बेईमानीत उभा असल्याचे मला जाणवले.

वर्णव्यवस्था व जातीव्यवस्था मानवनिर्मितच असून त्यामुळे संपूर्ण देशाचा घात झाल्याचे माझे स्पष्ट मत आहे. अर्थातच या विषमतावादी वर्णीय-जातीय सिद्धान्ताचा पुरस्कार करणारे धार्मिक ग्रंथ, साहित्य आणि ब्राह्मण जात समूहासह इतर उच्चवर्णीयांचा श्रेष्ठत्वाचा अहंकार सर्वार्थाने सामाजिक ऐक्यास आणि तत्त्वज्ञानास घातकच आहे. ब्राह्मणांना स्वनिर्मित श्रेष्ठत्वाच्या समाजरचनेत सर्वाधिक सवलती मिळाल्याने ज्ञानपरंपरेतील सांस्कृतिक संचितासह विकृतीचे डोंगरही त्यांनी निर्माण केले. परिणामतः बहुजन समाजातील अभ्यासकांना व विद्वानांना

ब्राह्मणांचे श्रेष्ठत्व आणि त्यांचा अहंकार मानवणे केवळ अशक्य होते.

ब्राह्मणांच्या भोंदूगिरीचा, वर्णीय अहंकाराचा विद्वत्तापूर्ण विरोध करण्यासाठी पुढे सरसावलेल्या बड्या विद्वानांमध्ये कॉ. शरद पाटील व डॉ. आ. ह. साळुंखे आहेत. इतर चिल्लर ब्राह्मणविरोधकांचा ब्राह्मणद्वेष बटबटीत स्वरूपाचा व तर्कशुद्ध नसल्याने त्याचा प्रभाव समाजावर फारसा पडला नाही. पण शरद पाटील आणि डॉ. साळुंखे ह्यांची विद्वत्ता निर्विवाद मानली गेली. शिवाय त्यांच्या भूमिकेला मराठा–बहुजन जातवर्गीय तळ लाभल्याने प्रचार–प्रसारही सुलभ झाला. कॉ. पाटलांनी स्वतःच 'सत्यशोधक कम्युनिस्ट पक्ष' स्थापन केला. पण कम्युनिझमची विचारधारा भारतीय समाजात फारशी रुजत नाही. शिवाय या पक्षाच्या तत्त्वज्ञानात प्रचंड गफलती असल्याने व खुद्द पाटलांचा स्वभाव हट्टी, दुराग्रही राहिल्याने या पक्षाची वाताहत झाली. डॉ. साळुंखे संस्कृत पंडित असल्याने त्यांचा अभ्यासही बऱ्यापैकी जाणवला. पण शिवधर्माची स्थापना करताना महात्मा फुल्यांच्या सार्वजनिक सत्यधर्माची आठवण साळुंखे यांना का होऊ नये? फुल्यांची सामाजिक, सांस्कृतिक क्रांती पार्श्वभूमीला असताना हिंदुधर्म परंपरेतीलच शिवतत्त्व स्वीकारून नवा धर्म स्थापन करण्याचे आचार्यपण त्यांनी स्वीकारले. त्यातही फक्त मराठा जातीची भक्तमंडळीच सभोवताली जमा झाली. शिवाय सामाजिक सभ्यतेच्या तात्त्विक शुद्धतेचा बेंडबाजा वाजलेल्या जातीयवादी मंडळीकडे नेतेपद देऊन, डॉ. साळुंखे सत्याच्या व्यापक वर्तुळाचा संकोच करून मराठा जातीत मर्यादित झाले. त्यामुळे त्यांचे वलय संपले.

ब्राह्मण–ब्राह्मणेतर वादाच्या संदर्भात माझी भूमिका संपूर्णतः वेगळी आहे. ब्राह्मणी भूमिका जातीयवादी आहेच. पण ब्राह्मणेतरांची भूमिका सुद्धा ब्राह्मणांचीच जातीय आवृत्ती आहे. कॉ. पाटील व डॉ. साळुंखे हे विद्वान 'जातीयवादी' ठरल्याचे सत्य मी मांडले. 'संस्कृती समीक्षेची तिसरी भूमिका' हा माझा ग्रंथ पुण्यात डॉ. श्रीराम लागूंच्या हस्ते व प्रा. एन. डी. पाटलांच्या अध्यक्षतेखाली प्रकाशित झाला. पुन्हा माझ्या तिसऱ्या वैचारिक भूमिकेचा गौरव एन. डी. सह सर्वच वक्त्यांनी केला. पुस्तकातील जहाल भाषेबद्दल मात्र डॉ. लागू यांनी मतभेद नोंदवला. या पुस्तकात डॉ. साळुंखे यांच्या 'विद्रोही तुकाराम' पुस्तकातील भूमिकेच्या प्रतिवादाचे प्रकरण आहे. शिवाय कॉ. पाटील प्रणीत 'अब्राह्मणी शिवाजी' महाराजांच्या बदनामी संदर्भातीलही स्वतंत्र प्रकरण आहे. पुस्तकाच्या पूर्वार्धात संपूर्ण तात्त्विक मांडणी असून ब्राह्मण–ब्राह्मणेतरवादाचे घातकपण सिद्ध केले आहे.

सन २००३ मध्ये मी जळगावच्या उत्तर महाराष्ट्र विद्यापीठातील तौलनिक भाषा विभागाचा प्रमुख म्हणून कार्यरत होतो. पुस्तक प्रकाशनानंतर डॉ. साळुंखे यांचा मला त्यावेळी फोन आला होता. माझी भूमिका त्यांना नव्वद टक्के मान्य असल्याचे त्यांनी फोनवर सांगून मतभेदाच्या मुद्द्याबाबत उत्तर देणार असल्याचे कळविले. मला त्यांच्या या सभ्यतेबद्दल व सच्चेपणाबद्दल आदर वाटला. पण त्यानंतर डॉ. साळुंखे यांचे 'विद्रोही तुकाराम : समीक्षेची समीक्षा' हे पुस्तक प्रकाशात आले. सुमारे दीडशे पानांच्या या पुस्तकात माझ्या नावाने डॉ. साळुंखे यांनी प्रत्येक पानावर शिमगा नोंदला आहे. ९० टक्के सहमती सांगणारे डॉ. साळुंखे या पुस्तकात सभ्यता व सुसंस्कार विसरून माझ्यावर घसरताना दिसले. माझ्या भूमिकेचा थोडासाही गौरव त्यांना करावासा वाटला नाही. फोनवरील डॉ. साळुंखे यांचे वक्तव्य आणि त्यांचेच हे पुस्तक, यातील विरोधाभास मात्र प्रचंड खटकत राहिला. आता फोनवर मी असे काही बोललोच नाही असे जर साळुंखे म्हणाले तर, माझ्याजवळ अन्य पुरावा नाही. पण साळुंखे यांच्यासारखा विद्वान सत्याला सामोरा जाताना किती अस्वस्थ होतो, याचे दर्शन मला घडले. त्यांना उत्तर लिहिण्याचा संकल्प मी केला. पण महाराष्ट्रातील ब्राह्मणांच्या विरोधी वातावरण, विवेकाच्या मर्यादा सांभाळून माझी टीका समजून घेईल का? याबद्दल मला अद्यापही शंका आहे. डॉ. साळुंखे यांच्यासारख्या विद्वानाने माझ्या विरोधात स्वतंत्र पुस्तक लिहावे हेही नसे थोडके!

प्रामाणिक अभ्यासकाला सत्य मांडताना भीती वाटावी, असे वातावरण सांस्कृतिक विकासाला घातक असते. असे सत्यविरोधी सांस्कृतिक पर्यावरण निर्माण करण्याचे प्रथम श्रेय ब्राह्मण जातीच्या काही विद्वानांकडे आहेच. त्याची प्रतिक्रिया ब्राह्मणेतर गटातील विद्वान देत आहेत. पण म्हणूनच या दोन्ही प्रवाहांतील विद्वानांचा पराक्रम सत्याच्या विरोधी नोंदवून, स्वतंत्रपणे तिसऱ्या प्रवाहातील वस्तुनिष्ठ निकषांवर संस्कृतीचे प्रत्येक पान आणि घटना समजून घेण्याची गरज आहे. ब्राह्मण व ब्राह्मणेतरांच्या भूमिकेतून मूल्यमापन केल्यास, चुकीचेच निष्कर्ष हाती येतात. म्हणून या दोन्ही प्रवाहातील विद्वानांना बाजूला सारणे आवश्यक!

--*

.२.

सांस्कृतिक अनुबंधाचा महाराष्ट्रीय गोतावळा

'वाङ्मयीन सर्कल'च्या पर्यावरणीय अधिष्ठानावरच कोणताही लेखक लेखन करीत असतो. उमेदीच्या काळात तर त्याच्या क्षमतेप्रमाणे तो सर्व बाजूंनी वाङ्मयीन-सांस्कृतिक संचित शोधत असतो. त्यामुळे प्रत्येक लेखकाच्या जडण-घडणीत त्याच्या साहित्यप्रेमी मित्रांचा मोठा वाटा असतो. खरे तर वाङ्मयीन विरोधकांचाही वाटा असतो, कारण बऱ्या-वाईट प्रतिक्रिया झेलूनच लेखकाच्या लेखनकौशल्याचा विकास होत असतो. त्यामुळे या विशिष्ट संकल्पनेवरील लेखांचा अनुबंध मराठी संस्कृतीच्या व्यापक सांस्कृतिक इतिहासाशी जुळणारा ठरतो. प्रत्येकाचे वाङ्मयीन सर्कल वेगवेगळे असणारच, शिवाय ते लेखकाच्या स्थलांतराबरोबर बदलणारे असणार; तसेच वयानुसार व रुचीनुसारही बदलणारे, विविध स्तर आणि विविध भूप्रदेशांचे प्रतिनिधित्व करणारे असल्याने सांस्कृतिक संचिताचा व्यापक पट समोर असणे स्वाभाविक आहे. प्रत्येकाचे वाङ्मयीन सर्कल संस्कृतीच्या इतर वर्तुळानांही भिडत असते.

वाङ्मयीन सर्कलमधील मित्रांचे स्वभावगुण, त्यांचे वाङ्मयीन कर्तृत्व, अभिरुची, त्याचप्रमाणे वाद-विवाद यांचे प्रतिबिंब अशा लेखनात अपरिहार्य असल्याने विशिष्ट कालखंडातील, विशिष्ट स्थलमर्यादेतील सामूहिक वाङ्मयीन इतिहासांची झलक या लेखनात प्रतिबिंबित होते. अभिरुची, रसिकता, समीक्षा, वाङ्मयीन प्रश्न यांचे पडसादही अशा लेखनात उमटणे अपरिहार्य असते.

दुसऱ्या पातळीवर लेखकाचे ते वाङ्मयीन वर्तुळातील मर्यादित आत्मचरित्रही असते. तेव्हा विविध लेखकांच्या मर्यादित वाङ्मयीन आत्मचरित्र व चरित्रलेखनातून निर्माण होणारा व्यापक सांस्कृतिक पट महाराष्ट्राचा वाङ्मयीन इतिहासच सिद्ध करीत असतो.

दयानंद कॉलेज, लातूरचा विद्यार्थी म्हणून आणि वादविवाद स्पर्धा,

निबंध स्पर्धा, नाट्यप्रयोग, वाङ्मयीन कार्यक्रम वगैरे विविध उपक्रमांतील सहभाग व अनुभव माझ्या पुढील वाङ्मयीन वाटचालीला अधिष्ठान देणारा ठरला. मराठी वाङ्मय मंडळाचे नेतृत्व मी करीत होतो. बी. ए. ऑनर्सला मराठी विषय घेतल्याने प्रा. पी. एस. कुलकर्णी यांच्या सहवासात मराठी वाङ्मयाचे संस्कार मिळाले. त्या काळात मला गाणी लिहिण्याचा छंद होता. चालीवर गाणी गाऊन मी कलापथकाचे कार्यक्रमही करायचो. कॉलेजच्या नियतकालिकात माझी पहिली कविता प्रसिद्ध झाली.

मराठी विषय आवडीचा असला तरी हिंदीचे डॉ. सूर्यनारायण रणसुभे यांच्या प्रभावात मी अधिक होतो. हिंदी-मराठीतील वाद-विवाद स्पर्धेसाठी मी त्यांच्याकडून मुद्दे घ्यायचो. वादस्पर्धेच्या विषयांवरील भाषणाची पूर्वतयारी मी प्रा. देऊळगावकर यांच्या घरी करीत असे. पण स्पर्धेतला माझा तो पहिलाच प्रवेश पार फसला. "अध्यक्ष महोदय आणि माझ्या बंधूंनो—" हा प्रारंभीचा भाग बोलल्यानंतर मी एकदम ब्लँक झालो. पुढचे भाषणच मला आठवले नाही. माझ्या वाङ्मयीन कारकिर्दीचा हा नाट्यपूर्ण प्रारंभ कुणाला सांगूनही पटणार नाही. आज सहा-सहा तास सलग व्याख्याने देण्याची क्षमता सिद्ध करणाऱ्या माझ्यासारख्या वक्त्याला, पूर्वार्धात दोन वाक्यांनंतर गाडी अडल्याचा अनुभव वारंवार घ्यावा लागला होता.

दयानंद कॉलेजतर्फे विभाकर मिरजकर आणि मी वादस्पर्धेसाठी बाहेर जात असू. रामनुज रांदड हा वादपटूही तेव्हा बाजी मारायचा. मला हिंदी भाषणात व निबंधात पहिला क्रमांक अनेकदा मिळाला. मिरजकर आणि मी दोघे मिळून वाद-विवादाच्या ढाली आणल्या. पण माझा पहिला-दुसरा नंबर क्वचितच यायचा! पीपल्स कॉलेज, नांदेडच्या अशाच एका वादस्पर्धेच्या वेळी अंबेजोगाईहून प्रमोद महाजन आला होता. कॅम्पसच्या झाडाखाली माझा एक रुपया त्याने घेतल्याची आठवण सुखद आहे. राष्ट्रीय नेतृत्व देणाऱ्या प्रमोद महाजनने त्या वेळी एक ढाल जिंकली आणि दुसरी ढाल विभाकर मिरजकर व माझ्या सहभागाने जिंकली होती. महाविद्यालयीन जीवनातील वादस्पर्धेच्या विविध विषयांच्या अभ्यासामुळे कळत-नकळत चिंतनप्रक्रिया आणि वाङ्मयीन भाषिक सामर्थ्याची भक्ती वाढत गेली. आज माझ्या नावावर २२ वैचारिक-समीक्षात्मक पुस्तके आहेत. या वादस्पर्धांच्या पर्वात त्याची बीजे सापडतात.

वैचारिक चिंतन आणि भाषिक मांडणीचा पूर्वसंस्कार दयानंद कॉलेज, लातूरचे मित्र व गुरुपरंपरेच्या सहवासातच घडला. पुढे पीपल्स कॉलेज, नांदेडमध्ये

एम. ए. पूर्ण करताना प्रा. नरहर कुरुंदकर यांच्यासारखा प्रकांड पंडित गुरू म्हणून लाभल्याने माझा बुद्धिवादही प्रभावित झाला. वस्तुनिष्ठ विश्लेषण आणि तर्कशुद्धता यांच्या शास्त्रीय मांडणीवरच वैचारिक लेखन व भाषण यशस्वी होते, ही जाणीव व शिकवण गुरुवर्य कुरुंदकरांच्या व्याख्यानातून मिळाली. प्रा. स. रा. गाडगीळ, प्रा. दत्ता भगत, प्रा. लक्ष्मीकांत तांबोळी, प्रा. सुहासिनी इर्लेकर, डॉ. प्रभाकर मांडे, प्रा. भुजंग वाडीकर आदी प्राध्यापकांची व्याख्याने माझ्या विद्यार्थिदशेला आकार देणारी व वाङ्मयीन जाण घडवणारी शिदोरी ठरली. माधव सावरगावकरसारख्या समकालीन विद्यार्थ्यांसह तात्याभाऊ देशमुख, रमेश देशमुख, शरद देशमुख यांच्याशी झालेल्या वेगवेगळ्या चर्चाही वाङ्मयीन वर्तुळ अर्थपूर्ण करण्यास कारण ठरल्या.

देगलूरचे धोंडूकाका (मनोहरराव देशमुख) यांच्याकडे सुटीत गेल्यावर तिथे तात्याभाऊ आणि देगलूर कॉलेजशी संबंधित कर्मचारी-प्राध्यापक यांच्याशी गप्पा होत असत. त्यातून माझे 'तू शुक्राची चांदणी' हे वगनाट्य बाबूराव उप्पलवार यांनी स्वीकारले आणि त्याचे प्रयोग केले. व्होट्टल मुक्कामी मी त्या वेळी अनेक कविता केल्या, पण त्या बहुतेक फसलेल्या होत्या. गाणी मात्र चांगली उतरली. त्यामुळेच कॉ. एस. के. लिमये या लाल निशाण गटाच्या कम्युनिस्ट नेत्याने त्यांच्या पक्षासाठी कलापथक चालवण्याची जबाबदारी मला दिली होती. पुढे मी विद्यावर्धिनी कॉलेज, धुळे येथे प्राध्यापक झाल्यावर हिराजी पाटील या प्रकाशकाने माझे 'तू शुक्राची चांदणी' हे वगनाट्य प्रकाशित केले. त्याला प्रा. कुरुंदकरांची विवेचक प्रस्तावना आहे.

माझ्याच पुढाकाराने स्थापन झालेल्या धुळ्यातील 'साहित्य संघ' या संस्थेतर्फे १९७६ मध्ये मी साहित्य संमेलन आयोजित केले. त्या संमेलनाचे अध्यक्ष कवी अनिल होते आणि उद्घाटक शंकर पाटील होते. या संमेलनातच शंकर पाटलांच्या हस्ते माझ्या पहिल्या वगनाट्याच्या पुस्तकाचे प्रकाशन झाले.

'धुळे साहित्य संघा'चा चिटणीस म्हणून मी प्रचंड परिश्रम घेतले. श्रीमती मुधोळकर यांच्या गच्चीवर घेतलेले कविसंमेलन यशस्वी झाल्यावर साहित्य संघाच्या विविध कार्यक्रमांना प्रतिसाद वाढला. प्राचार्य मा. य. वैद्य यांची प्रेरणा होती. साहित्य संघाचे अध्यक्षपद कवी पुरुषोत्तम पाटील यांच्याकडे होते. डॉ. शांताराम देशपांडे, डॉ. रा. भ. चौधरी, बा. भी. शिंपी, प्रा. कुसुमाकर शिंपी, प्रा. चित्ते अशा वयाने वडील असणाऱ्या सहकाऱ्यांची वैचारिक भूमिका तपासून बघता आली.

मी धुळ्याला जाण्यापूर्वीच तेथील बाबा वैद्य या विद्यार्थी कवीने आत्महत्या केली होती. त्याच्या कवितांची चर्चा माझ्या गोतावळ्यात सतत चालत असे. दिलीप भावसार, भगवान ठाकूर, रवींद्र पंड्या, अरविंद पाठक अशा विद्यार्थ्यांची वाङ्मयीन जाण कौतुकास्पद होती. त्यापैकी दिलीप भावसार पुढे कादंबरीकार झाला आणि भगवान ठाकूर कवी-समीक्षक झाला. हा सर्व ग्रुप भालचंद्र नेमाडे यांच्या प्रभावात रमणारा होता. त्यांनी स्वत:ला मेलडी ग्रुप म्हणून अधोरेखित केले होते. मी या विद्यार्थी मित्रांच्या सहवासात राहिलो, पण नेमाडपंथी कधीच झालो नाही. समाज, परिवर्तनाच्या संघर्षात नेमाडे यांची भूमिका व योगदान मला स्पष्ट होत नाही. शिवाय, त्यांच्या 'देशीवादा'संबंधात देशी वर्ण्यव्यवस्था- देशी दारू या निकषावर माझे आक्षेप आहेत. पण कादंबरीकार म्हणून त्यांचे श्रेष्ठत्व विसाव्या शतकाच्या उत्तरार्धात मान्यच केले पाहिजे. काही मतभेद असले, तरीही याच डॉ. नेमाडे यांना मी उत्तर महाराष्ट्र विद्यापीठाच्या तौलानिक भाषा विभागाचा प्रमुख म्हणून कार्यरत असताना निमंत्रित करून साहित्य अकादमीच्या साह्याने भव्य चर्चासत्र आयोजित केले होते. शिवाय, तौलनिक भाषा व वाङ्मय विभागाच्या अभ्यासक्रमासाठीही डॉ. नेमाडे यांचे सहकार्य स्वीकारले होते.

विद्यावर्धिनी महाविद्यालयातील वातावरणात सांस्कृतिक जीवंतपणा होता. प्राचार्य वैद्य हे मार्क्सवादी विचारांचे असल्याने कॉलेजचा चेहरा पुरोगामी होता. प्रा. जे. जी. खैरनार, प्रा. ल. भा. कुरकुरे, प्रा. शिरोळकर, प्रा. व. गो. बोकरे, प्रा. हातेकर, डॉ. पी. एन. देशपांडे, डॉ. जैन, प्रा. डॉ. जोशी, श्रीमती सरदेसाईबाई अशा प्राध्यापकांमुळे वैचारिक आणि वाङ्मयीन पर्यावरणात चेतना होती. प्रा. ह. श्री. शेणोलीकरांसारख्या विद्वानाचे संतसाहित्यावरील पुस्तक तेव्हा मराठी वाङ्मयविश्वात चर्चेचा विषय होते. पण माझे व त्यांचे हाडवैर होते.

विद्यावर्धिनी सर्कलच्या दार्शनिक चर्चा

प्रा. बोकरे आणि डॉ. जोशी यांच्याशी माझ्या तासन्तास चर्चा चालत असत. निरीश्वरवाद, ईश्वराचे अस्तित्व, सेक्युलॅरिझम हे मुख्य विषय असायचे. प्रा. जोशी अस्तित्ववादी असल्याने तत्त्वज्ञानातील ईश्वरविषयक दार्शनिकता ते प्रभावीपणे मांडत. मी नास्तिकवादी. त्यामुळे चर्चा सखोल होत असे. प्रा. बोकरे यांचा मार्क्सवादाचा व सेक्युलॅरिझमचा अभ्यास सूक्ष्म होता. समतोल मांडणीची त्यांची भूमिका मला भुरळ घालत असे. प्रा. खैरनार, प्रा. हातेकर या आंबेडकरवादी प्राध्यापकांच्या सहवासाचा परिणाम मजवर खोलवर झाला.

प्रा. हातेकरांशी वैयक्तिक मतभेद व शत्रुत्वही पुढे निर्माण झाले; पण अन्यायाविरुद्ध भांडणारी त्यांची भूमिका मला सतत प्रभावी वाटली. आंबेडकरांच्या बहिष्कृत भारतावर पीएच. डी.चे संशोधन करण्याचे श्रेय मात्र प्रा. जे. जी. खैरनार यांनाच आहे. अर्थात, विद्यावर्धिनीच्या परिवर्तनवादी पर्यावरणाचे मुख्य शिल्पकार प्राचार्य वैद्य, डॉ. रा. भ. चौधरी, प्रा. बोकरे यांचे कर्तृत्व माझ्या वाङ्मयीन वैचारिक प्रवासाचे मूळ प्रेरणास्त्रोत म्हणून महत्त्वाचे आहे. कवी संमेलने, वाङ्मय मंडळाचे कार्यक्रम, नाटके, चर्चा यांनी विद्यावर्धिनी गजबजलेली होती.

मार्क्सवादी वाङ्मय आणि क्रांतिनिष्ठ सर्कल

श्रमिक संघटनेचे कॉ. कुमार शिराळकर, वाहरू सोनवणे, विक्रम कान्हेरे, दीनानाथ मनोहर, अशोक मनोहर, सुहास परांजपे, अंबरसिंग महाराज यांच्या सहवासात क्रांतीची दार्शनिक मांडणी करणारे मार्क्सवादी वाङ्मय व चर्चा कृतीसह अनुभूतीचा भाग बनली. क्रांतीच्या जयघोषाची गाणी याच भारावलेल्या वातावरणात मला निर्माण करता आली. नक्षलवादाचा आरोप झेलण्यापर्यंत माझा जीवनप्रवास नाट्यपूर्ण घडला. मी १९७६ च्या सुमारास धुळ्याला समता संमेलन आयोजित केले आणि 'ऊठ माणसा ऊठ, तू तोड जातीच्या बेड्या' हे गाणे म्हटले. 'ब्राह्मण्याच्या कबरीवरती मानव्य मंदिर उभारा रे' ही ओळ त्या गाण्यात आहे. हे काव्य 'आपला महाराष्ट्र' दैनिकात प्रकाशित झाल्यावर देशपांडे नावाच्या विद्यार्थ्याने कॉलेजात माझा प्रत्यक्ष धिक्कार केला. त्यांचे संकुचित 'ब्राह्मण्य' अस्वस्थ झाले होते; माझे 'ब्राह्मण्य' गळून पडले होते. 'ब्राह्मण्य' हे सर्वच जातींत असल्याचे सत्य डॉ. आंबेडकरांनीच 'बहिष्कृत भारत' या त्यांच्या नियतकालिकात मांडले. माझ्या संपूर्ण वैचारिक व वाङ्मयीन प्रवासात ते सूत्र अभंग राहिले. त्याच निकषावर डॉ. आ. ह. साळुंखे, कॉ. शरद पाटील यांसारख्या दिग्गज ब्राह्मणेतर विद्वानांचे ब्राह्मण्य मी ग्रंथरूपाने चव्हाट्यावर आणले. त्याच्या प्रत्युत्तरात डॉ. साळुंखे यांनी माझ्या विरोधात सुमारे १५० पानांचे पुस्तक लिहिले. कॉ. शरद पाटील यांनी मात्र उत्तर न देणेच पसंत केले. विद्यार्थ्यापासून विद्वानांपर्यंत ब्राह्मण्यग्रस्त विरोध चालू होता.

धुळ्याचे सामाजिक-सांस्कृतिक पर्यावरण आंबेडकरवादी-मार्क्सवादी-समाजवादी चळवळीने प्रभावित होते. साथी दशरथ पाटील, डॉ. मु. ब. शहा, कांतिलाल गुजराथी, गोविंदराव शिंदे, भाऊ मुंदडा, भानगावकर, प्रा. अरविंद कपोले, गो. पी. लांडगे, या समाजवादी-सर्वोदयवादी-गांधीवादी वर्तुळातील

उपक्रमांचा; तसेच एम. जी. धिवरे, हातेकर, प्रा. खैरनार आदी आंबेडकरवाद्यांच्या चळवळीचा माझ्यावर कळत-नकळत परिणाम होत होता.

कुमार शिराळकरशी मार्क्सवादावर रात्र-रात्र चर्चा घडायची. त्यामुळे माझ्या वाङ्मयीन सांस्कृतिक जीवनावर धुळ्याच्या पुरोगामी केंद्राचा अविट प्रभाव आहे.

संघाचे रावसाहेब ओगले, डॉ. चितळे, प्रकाश पाठक, प्रा. हजरनीस आदी निष्ठावंत मंडळी राष्ट्रभक्ती आणि नैतिकतेच्या संदर्भात भावणारी. पण सेक्युलर नसल्याने माझ्या भूमिकेचा सांधा त्यांच्याशी कधीच जुळला नाही.

प्रगतिवादी विचारधारा व पुरोगामी भूमिका संस्कारित करण्यासाठी धुळ्याचे विद्यावर्धिनी कॉलेजचे पर्यावरण आणि धुळ्यातील बाहेरचे वातावरण माझ्यासाठी उपयुक्त ठरले. म्हणूनच 'ब्राह्मणी सत्यशोधक', 'भारतीय प्रबोधन आणि नवआंबेडकर वाद', 'उगवतीचा क्रांतिसूर्य', 'सुर्व्यांच्या कवितेची समीक्षा', 'इहवादी संस्कृतिशोध' असे अनेक ग्रंथ मी लिहू शकलो.

क्रांतिवाद्यांचे प्रतिगामी सिद्धान्त

धुळ्याच्या वाङ्मयीन-सांस्कृतिक वर्तुळात प्रामुख्याने वैचारिक चर्चा आणि वाद-विवादावर अधिक भर होता. कॉ. शरद पाटील यांचा 'ब्राह्मणी-अब्राह्मणी' सिद्धान्त मला जातीयवादाची नवी मांडणी करणारा वाटत असे. मार्क्स-फुले-आंबेडकरवादाची नवी दर्शनिक मांडणी करणारे क्रांतिवादी कॉ. पाटील 'ब्राह्मणी-अब्राह्मणी' ही नवी जातीय सूत्रव्यवस्था का जन्माला घालतात, या प्रश्नाने मला अस्वस्थ केले होते. कॉ. श्रावण देवरे, कॉ. किशोर ढमाले या प्रामाणिक कार्यकर्त्यांसोबत कॉ. पाटलांच्या वैचारिक भूमिकेसंदर्भात माझे नेहमी वाद घडत; पण त्यात कटुता नव्हती. पाटलांच्या विद्वत्तेचा दरारा मोठा होता. पण त्यांच्या वैचारिक विसंवादाचे पुरावे ग्रंथात-भाषणात सप्रमाण मांडल्याने कॉ. पाटलांच्या अभेद्य विद्वत्तेला खिंडार पडले. राजा ढालेसारख्या अव्वल दलित बौद्ध विचारवंताने आपल्या सांगलीच्या संमेलनाध्यक्षपदाच्या भाषणात माझ्या ग्रंथातील सुमारे १२-१३ संदर्भ घेतले होते.

अर्थात; कॉ. पाटील, डॉ. नेमाडे आणि डॉ. श्रीपाल सबनीस या तिघांवरही राजा ढाले यांनी 'हिंदू विचारवंत' म्हणून टीका केली होती.

मार्क्सवादी क्रांती अगदी जवळ आहे, असा माझा भ्रम काही काळानंतर दूर झाला. श्रमिक संघटनेची आदिवासी भागातील चळवळही ओसरली होती. आंबेडकरी चळवळ दलित प्रश्नांवरच उभी असल्याचे दिसत होते.

गांधी विरुद्ध मार्क्स विरुद्ध आंबेडकरी सर्कल

स्त्रियांचे प्रश्न, मजूर-श्रमिक-श्रमकरी यांचे शोषण, निरक्षर दरिद्री जनसमूहांची व्यथा, वार्धक्य, भिकारी-अपंग-अनाथ या दुर्दैवी समाजघटकांसाठी गांधीवाद जवळचा असल्याचे जाणवले. समाजवाद्यांचे तत्त्वज्ञान गांधींना श्रेष्ठ मानत होते; पण मार्क्स व आंबेडकरांची उपेक्षा करताना समाजवादी मंडळी आघाडीवर असल्याचे चित्र होते. मार्क्सचा हिंसात्मक क्रांतिवाद आणि आंबेडकरी प्रवाहाचा बुद्धाविष्कार यांची समाजवाद्यांना ॲलर्जी का असावी? एस. एम. जोशी, ना. ग. गोरे, प्रा. प्रधानमास्तर, भाई वैद्य या सच्च्या समाजवादी नेत्यांचे संस्कार दुसऱ्या-तिसऱ्या पिढीत रुजल्याची साक्ष मिळत नाही. डॉ. लोहिया पचणे तर केवळ अशक्य!

दुसऱ्या प्रवाहात— म्हणजे मार्क्स-आंबेडकर चळवळीत गांधी बदनाम फरिस्ता असल्याचे जाणवले. मी त्यामुळे अस्वस्थ व्हायचो. मला बुद्ध-आंबेडकर-मार्क्स प्रमाण होतेच, पण गांधींचे महात्मापण मी विसरू शकत नाही. गांधींच्या थोरवीबाबत माझ्याकडे येणारे दलित चळवळीतील कार्यकर्ते रागारागाने बोलत. त्याच दरम्यान 'साधना' साप्ताहिकाचे त्या वेळचे संपादक प्रा. ग. प्र. प्रधान यांनी मला गांधी-आंबेडकर अनुबंधावर लेख पाठवण्याची आज्ञा केली. प्रधानसर मला सर्वार्थाने वंदनीय. त्यांनी माझ्या 'नव-आंबेडकरवाद' पुस्तकाला लिहिलेल्या प्रस्तावनेतील ईश्वर-निरीश्वरवादी मुद्द्यावर मी त्याच पुस्तकात माझे तीव्र मतभेद नोंदवले होते. पण त्यांच्या वात्सल्यपूर्ण प्रखर बुद्धिवादावर माझी श्रद्धा कायम होती. संवाद व संघर्षाच्या माझ्या निकषांवर मी गांधी व आंबेडकरी पर्वातील ताण-तणाव मांडले. प्रधानसरांना लेख आवडता. तो साधनेत छापला. प्रत्येक सवर्ण माणसाला आंबेडकरांपूर्वी गांधी भेटतो आणि गांधी पचवूनच आंबेडकर आकलन करता येतो. शिवाय, गांधी-आंबेडकरांचे कार्य इतिहासाच्या प्रवाहात पुरक ठरल्याचे सत्यसुद्धा समजून घेण्याची गरज आहे. गांधीतला महात्मा आंबेडकरी पर्वाच्या दबावात विकसित झाला आणि गांधींतल्या माहात्म्याचा परिणाम म्हणूनही आंबेडकर महापुरुष म्हणून राष्ट्रीय स्तरावर रुजले— हे सत्य या दोन्ही छावण्यांत केव्हा पचेल?

प्रादेशिक सांस्कृतिक अनुबंध

पुण्याच्या वाङ्मयीन विश्वाशी माझे अनुबंध जुळत होते. गो. म. कुलकर्णी, डॉ. आनंद यादव, डॉ. गं. ना. जोगळेकर, डॉ. भालचंद्र फडके, डॉ. कानडे

यांच्या गाठी-भेटी होत होत्या.

मराठवाडा मराठी साहित्य परिषद आणि विद्यापीठातील मराठीचे नामवंत प्राध्यापक यांचेही अनुबंध आकारास येत होते. प्राचार्य कौतिकराव ठाले-पाटील यांच्या कुशल नेतृत्वाखालील साहित्य परिषदेच्या सेमिनारना व्याख्यानाच्या सहभागासह हजेरी लागत होती. डॉ. सुधीर रसाळ, डॉ. कोत्तापल्ले, डॉ. मांडे, प्रा. रवींद्र किंबहुने, डॉ. दादा गोरे, अविनाश डोळस, डॉ. पानतावणे, डॉ. भोसले ही वाङ्मयीन विश्वातील मंडळी खासगी व कार्यक्रमातील चर्चेतून उलगडत होती. त्याचा परिणामही माझ्यावर स्वभाविकपणे झाला. डॉ. रसाळ यांची विद्वत्ता कलावादाकडे झुकल्याने तिच्या प्रतिवादात मी सुर्व्यांच्या कवितेची इहवादी मांडणी स्वतंत्र ग्रंथात केली. प्रसिद्ध कवयित्री अनुराधा पाटलांच्या मृत्यूला कवटाळणाऱ्या अंधाराच्या काळ्याकुट्ट रंगात न्हालेल्या कविता जीवनवादी मानायच्या की कलावादी, या प्रश्नाचे उत्तर निर्णायकपणे मला देता आले नाही. पण त्यांच्या कवितेची प्रदीर्घ समीक्षा मी ग्रंथातून मांडली.

वैदर्भी वर्तुळात प्रवेश

नागपूर हे वाङ्मयीन चळवळीचे महत्त्वाचे केंद्र असल्याने वैदर्भी विद्वानांचाही सहवास व संपर्क माझ्या भूमिकेवर परिणाम करणारा ठरला.

डॉ. आरती कुलकर्णी यांच्या 'दलित स्वकथने' या ग्रंथाच्या प्रकाशन सोहळ्यात मी विदर्भ साहित्य संघात भाषणाला प्रथमत: गेलो. मराठी 'आत्मकथन' या संकल्पनेत 'आत्मा' शब्द असल्याने व तो बुद्धाला अमान्य असल्याने डॉ. यशवंत मनोहरांनी दलित वाङ्मय प्रवाहातील आत्मकथनांसाठी 'स्वकथन' असा नवा शब्द दिला होता. सांस्कृतिक व दार्शनिक मतभेद भाषेच्या पातळीवर किती व कसे कडवट ठरतात, याचा हा नमुना होता.

नागपूर विद्यापीठातील उद्‌बोधनवर्गातील वाद घालणारा प्राध्यापक म्हणून खांडेकर नावाच्या संघनिष्ठ समन्वयकाने मला वर्गातून काढण्याची धमकी दिली होती. माझा गुन्हा एवढाच होता की, पन्हाळीकर किंवा उन्हाळीकर नावाच्या एका वक्त्याच्या भाषणातील संपूर्ण प्रमेयच मी साधार खोडून काढले होते. विद्वत्ताच उघडी पडल्याने त्यांनी तक्रार केली असावी! अरविंद खांडेकरांनी भर वर्गात मला उद्देशून ज्ञानेश्वरीतील गाईंच्या आचळाजवळच्या गोचिडाचे उदाहरण दिले. आचळाजवळ गोचिड असूनही ते दूध न पिता रक्त पिते. मला उद्देशूनच हे वक्तव्य केल्याने मी प्रचंड अस्वस्थ झालो, चिडलो. पण उद्‌बोधनवर्ग संपत

आला होता. प्रमाणपत्र आवश्यक होते. मी निषेधात्मक भूमिका घेतली. फोटोत सहभाग नाकारला आणि विद्यापीठांच्या कुलगुरूंकडे तक्रार केली.

नंतरच्या टप्प्यात नागपूरच्याच उद्बोधनवर्गात माझी व्याख्याने झाली. त्या वेळी वर्गात विद्यार्थी म्हणून असणारे डॉ. योगेंद्र मेश्राम प्रचंड प्रभावित झाले होते. नंतर मला त्यांची प्रदीर्घ पत्रे आली. माझ्या भाषणाचा व विद्वत्तेचा गौरव आपल्यापेक्षा १०-१२ वर्षे सिनिअर असणारा विचारवंत-संपादक, कथा-कादंबरीकार करतानाचा अनुभव सुखद होता. नंतर त्यांच्या 'माझा गाव कुठाय?' या दलित कादंबरीवर मी परखड परीक्षण लिहिले. त्यांचे व माझे मतभेद झाले. मी ब्राह्मण असल्यानेच परखड लिहिण्याचे त्यांचे मत मला आवडले नाही. पण आमचे 'मनभेद' कधीच झाले नाहीत. माझ्या सेवानिवृत्तीनंतर लोकानुकम्पाच्या वाटचालीत डॉ. मेश्रामांनी ''डॉ. श्रीपाल सबनीस विशेषांक'' काढला. त्यांच्या निधनानंतर शोकसभेला हजेरी लावून श्रद्धांजली वाहण्याची दुर्दैवी वेळ माझ्यावर आली. ताराचंद खांडेकर, भास्कर सोनटक्के, अशोक सरस्वती, ज्योती लांजेवार, महेंद्र गायकवाड, डॉ. चोरमारे, प्रल्हाद बोरकर, इंद्रजित ओरके, डॉ. आगलावे, डॉ. खरात अशा दलित वाङ्मयप्रवाहातील लेखक-कवींशी सतत संवाद राहिला. हे अनुबंध मोलाचे ठरले.

'युगवाणी'मध्ये माझे काही वाङ्मयीन समीक्षालेखही प्रकाशित झाले. श्रीपाद भालचंद्र जोशींच्या स्नेहामुळे नागपूर लोकमतच्या पुरवणीतून माझे लेखनही गाजले होते. मनोहर म्हैसाळकर, वामनराव तेलंग या सांस्कृतिक कार्याच्या शिल्पकारांनी विदर्भ साहित्य संघाचा लौकिक सर्वदूर रुजवला होता. या माध्यमातून चर्चासत्रांना उपस्थित राहून माझी भूमिका मी मांडत गेलो. डॉ. द. भि. कुलकर्णी, डॉ. वि. स. जोग, डॉ. मदन कुलकर्णी, डॉ. आशा सावदेकर या वाङ्मयीन क्षेत्रातील मान्यवरांच्या भेटी-गाठींत कला-संस्कृतीचे अनेक पदर उलगडत गेले.

स्वा. सावरकर आणि मार्क्स यांचा समान कैवार घेणाऱ्या डॉ. जोगांच्या भूमिकेचे कुतूहल सतत वाटत असे. काही समान मुद्द्यांवरील संवादाच्या निकषावर कोणत्याही दोन किंवा अधिक महापुरुषांची तुलना अशक्य नसावी. तेव्हा 'फुले-आंबेडकर' किंवा फुले-शाहू-आंबेडकर किंवा 'मार्क्स-आंबेडकर' अशा फ्रेजमधील संवाद व सामर्थ्य जेवढे वंदनीय; तेवढीच इतर महापुरुषांच्या सामर्थ्यांची बेरीज व आपसातील संवादही पवित्रच मानता येतो. कारण विश्वातील समग्र विकासासाठी ज्ञान पवित्र व वंदनीयच ठरते, हा विचार बळावला गेला.

गाडगेबाबा-तुकडोजीमहाराज यांच्या सोबतीने फुले-आंबेडकरांचे विचार

प्रवचन-कीर्तनांतून मांडणारे वैदर्भी समाजसुधारक अशोक सरस्वती यांनी विदर्भस्तरीय दुसऱ्या साहित्य-संस्कृती संमेलनाचे अध्यक्षपद माझ्यासारख्या उच्चवर्णीय व विदर्भाबाहेरील अभ्यासकाला दिले. वाङ्मयीन व वैचारिक समान अनुबंधाच्या अधिष्ठानावरच हा सांस्कृतिक संवाद होऊ शकतो.

एरंडोलचा औदुंबर वाङ्मय मंच

माझा मूळ वाङ्मयीन-सांस्कृतिक पाया धुळ्यात रचला गेला, तरी एरंडोलच्या 'औदुंबर' साहित्य मंचाने मला जळगाव जिल्हा साहित्य संमेलनाचे अध्यक्ष केले. प्रा. वा. ना. आंधळे, प्राचार्य यशवंत पाटील, विलास मोरे, ॲड. मोहन शुक्ला, विजय जाधव आणि त्यांच्या सर्व सहकाऱ्यांनी माझा सन्मान करून साहित्य संमेलन यशस्वी केले. उद्घाटक विठ्ठल वाघ हे ग्रंथ दिंडीत चांगलेच रमलेले. पण त्यांच्या भाषणात मात्र महाराष्ट्राच्या राज्यपालांवर त्यांनी कठोर टीका केली. अध्यक्षपदी मी होतो. मी जळगाव विद्यापीठात प्राध्यापक. कुलपती हे आमचे सर्वार्थाने बॉस आणि माझ्याच नेतृत्वाखालील संमेलनात कवी वाघांनी राज्यपालांच्या विरोधात डरकाळी फोडली. मी अस्वस्थ! वृत्तपत्रांना ती बातमी जाऊ नये, गेली असेल तर ती छापली जाऊ नये म्हणून, आम्ही सर्वांनी रात्रभर प्रयत्न केले. विद्यापीठातील चोरीच्या प्रबंधाबाबतच्या हाणामाऱ्या चालूच होत्या. मी वाङ्मयचौर्य शोधून जाहीर केल्यामुळे हितसंबंधी गटाच्या नजरेत 'खलनायक' होतो. जळगावच्या ब्राह्मणसभेत माझ्या निषेधाचा ठरावही झाल्याचे ऐकण्यात होते. या जळत्या वातावरणात कवी विठ्ठल वाघांची 'डरकाळी' राजभवनाला भिडली, तर आपले काय व्हायचे— हा प्रश्न सतावत होता. शिवाय, विद्यापीठाच्या कोणत्या तरी कुलगुरूच्या खुर्चीत स्थानापन्न होण्याचे स्वप्नही मनात होतेच!

प्रकाशन संस्थांचे वर्तुळ

सेक्युलॅरिझम विषयावरचे संशोधन पूर्ण झाल्यावर मी 'संतसाहित्यातील सेक्युलॅरिझम' पुस्तकरूपाने दास्ताने आणि कंपनीच्या माध्यमातून प्रसिद्ध केले. आदिवासी, मुस्लिम, ख्रिश्चन साहित्याची माझी मीमांसाही 'अनुबंध'चे अनिल कुलकर्णी या दमदार जाणकार प्रकाशकाने प्रकाशित केली. माझे पहिले पुस्तक कॉ. शरद पाटलांच्या सैद्धान्तिक प्रतिवादावर प्रकाशित केल्यानंतर 'दिलीपराज' या नामांकित प्रकाशनाचे राजीव बर्वे यांनी 'नव-आंबेडकरवादा'सह अनेक पुस्तके छापली. नवीन उद्योग, 'सुगावा'चे विलास वाघ, 'प्रतिमा'चे पारगावकर, 'निर्मल'चे

श्री. सूर्यवंशी, 'टॉप'चे मणेरीकर असे अनेक प्रकाशक मित्र व प्रकाशन संस्थांनी माझी भूमिका महाराष्ट्रभर पोचवली. यांपैकी बरेच प्रकाशक वाङ्मयीन जाण असणारे आहेत.

विद्वानांचा संवादी व विरोधी अनुबंध

प्राचार्य राम शेवाळकरांसारख्या तपस्वी विद्वानाच्या कौतुकास पात्र ठरण्याचे भाग्य मला लाभले. संतसाहित्याचे विधायक योगदान मी प्रमाण मानून त्यामधील कर्मविपाक व वर्ण्यव्यवस्थेच्या सैद्धान्तिक मर्यादाही स्पष्टपणे मांडाल्या. डॉ. कुमार सप्तर्षी यांच्या 'सत्याग्रही' मासिकातून मी प्रथमत: ही मांडणी केली होती. संतांच्या सामर्थ्यांसह मर्यादा सांगण्याचा माझा प्रयत्न आळंदीच्या साहित्य संमेलनात डॉ. सदानंद मोरे यांनी बंद पाडला होता. या पार्श्वभूमीवर प्राचार्य राम शेवाळकर यांनी "श्रीपाल, तुझी विद्वत्ता मला भावते. तू महाराष्ट्रात माझा पराभव करशील", हा अभिप्राय बोलून दिलेली शाबासकी हे माझ्या आयुष्याचे भूषण आहे. केवळ आणि केवळ रामभाऊंसारख्या हा विषय पेलणाऱ्या बुद्धिवाद्यांनाच माझा संतसाहित्याच्या सामर्थ्यांचा व मर्यादांचा अभ्यास पचू शकत होता. आंबेडकरांचा सामाजिक-आर्थिक ध्येयवाद स्वीकारून संताच्या मानवकल्याणकारी सांस्कृतिक मूल्यात्मकलेला कवटाळणारी भूमिका किती ताण-तणावात असते, हे वर्तुळबंद समीक्षक-वाचकांना कळणे कठीण आहे.

'ब्राह्मणी सत्यशोधक' या पहिल्याच ग्रंथात संपूर्ण वैचारिक क्षेत्रात बौद्धिक दहशत पेरणारे कॉ. शरद पाटलांच्या सिद्धान्ताचा प्रतिवाद करण्याचे काम माझ्यासारखा नवा अभ्यासक करीत होता. डॉ. रावसाहेब कसबे हे पाटलांचे मित्र. त्यांच्या भूमिकेतील सामर्थ्यांचा गौरव करूनही काही मुद्द्यांवरील मतभेद त्याच ग्रंथात मांडले गेले आणि त्याच ग्रंथाच्या प्रकाशन सोहळ्यात पुण्याला डॉ. कसबे यांनाच प्रमुख पाहुणे म्हणून मी निमंत्रितही केले. सोहळा सर्वार्थाने गाजला. राम बापट अध्यक्ष, तर डॉ. य. दि. फडके यांच्या हस्ते ग्रंथ प्रकाशन झाले. कॉ. जयदेव गायकवाड आणि कॉ. रा. प. नेने यांनी आंबेडकरी व मार्क्सवादी भूमिकेतून भाषणे केली. प्रा. बापट व फडके यांनी गौरव केला. डॉ. कसबे यांच्या भाषणाची मुख्य जिज्ञासा होती. त्यांनी कॉ. पाटलांच्या अभ्यासाचे व त्यांच्या कार्याचे गुणगान केले पण माझ्या ग्रंथातील पाटलांवरील आक्षेपांची व प्रतिपादनाची भलावण केली. डॉ. कसबे यांची समतोल मांडणी व माझा केलेला गौरव मला भावला. २० वर्षांनंतर माझ्या एकसष्टीच्या कार्यक्रमात भाई वैद्यांसह डॉ. कसबे

निमंत्रित होते. त्या प्रसंगी डॉ. साळुंखे किंवा कॉ. पाटील यांच्याप्रमाणे डॉ. सबनीस यांनी आपल्या पुस्तकावर हल्ला केला नाही, आपण त्यातून सुटलो— अशा आशयाचे वक्तव्य डॉ. कसबे यांनी केले होते. ही पुण्याई मला भावणारी आहे.

'सेक्युलॅरिझम'च्या खऱ्याखुऱ्या अर्थाची निश्चिती डॉ. श्रीपाल सबनीस यांनी प्रथमत: केल्याचा अभिप्राय भाई वैद्यांसारख्या अव्वल विचारवंताने लेखी नोंदवल्यावर माझ्यातला माणूस मनातल्या मनात उडी मारल्यावाचून राहणार कसा?

माझी भूमिका जगण्यात व लेखनात सतत सेक्युलरच राहिली. म्हणून तर चंद्रपूरच्या पहिल्या उलगुलान आदिवासी साहित्य संमेलनाचे उद्घाटन डॉ. विनायक तुमराम यांनी माझ्या हस्ते केले. प्रा. माधव सरकुंडे, डॉ. तुकाराम रोंगटे वगैरे नामवंत आदिवासी अभ्यासकांच्या पुस्तकांना मी प्रदीर्घ प्रस्तावना देऊ शकलो. खालिद सय्यद यांच्या काव्यसंग्रहाला प्रस्तावना मी दिलीच, पण प्रा. फ. म. शहाजिंदे यांच्या निवडक कवितासंग्रहाची प्रस्तावना लिहिण्याचेही काम आले. डॉ. इक्बाल मिन्ने, मुबारक शेख, एहतेशाम देशमुख, मुस्लिम सत्यशोधक यांच्या वाङ्मयीन अनुबंधातून मी बरेच लेखन केलेय.

मराठी संस्कृती व मराठी वाङ्मयाच्या सर्व प्रवाहांशी माझे आंतरिक व वैचारिक नाते जुळून आहे. बृहन्महाराष्ट्रातील निवडक पुस्तकांची समीक्षाही 'सत्याग्रही' मासिकातून प्रकाशित होत आहे. अर्थातच, माझे वाङ्मयीन अनुबंध महाराष्ट्राचा नकाशा ओलांडून परिघाबाहेरच्या मराठी सांस्कृतिक संचिताला स्पर्श करीत आहेत.

वयाच्या १५-१६ व्या वर्षी मी हस्तलिखित अंक लिहून त्यात कविता- कथा-चित्र रंगवले होते. विद्यार्थिदशेत लातूरच्या राजस्थान विद्यालयाच्या रंगमंचावर 'विच्छा'चा प्रयोग तिकीट न काढता पाहिला होता. हरिप्रसाद चौरसियांची बासरी ऐकली. अनेक नाट्यप्रयोग पडदे फाडून पाहिले. कव्वालीचे कार्यक्रम अनुभवले. कविसंमेलन, व्याख्याने ऐकली. बापू काळदाते, मोहन धारिया, इंदिरा गांधी, राजा ढाले, कुरुंदकर, बारलिंगे, शेवाळकरांची व्याख्याने ऐकली. कुसुमाग्रजांचा आशीर्वाद घेतला. त्यांच्या हातून सत्कारही झाला. पण त्यांची नाटके व कविता प्रचंड गुणवत्ता सिद्ध करणारी असली तरी त्यांच्या कादंबऱ्या सामान्य असल्याचे मत मी त्यांच्या समक्ष ऐकवले होते. ते त्यांनी उदार मनाने ऐकून घेतले.

सत्याचे वाङ्मयीन मूल्य
आज परखड मूल्यमापन करताना मार्क्स, म. गांधी, सावरकर, फुले

यांच्या संदर्भात कुणी वाद घालत नाहीत. पण डॉ. आंबेडकर, छ. शाहू यांची सर्वार्थाने परखड समीक्षा करू जाता सांस्कृतिक दहशतवादी भीती कायम आहे. हुतात्मा होण्याची तयारी ठेवूनच सत्य मांडायचे, तर कोणता अभ्यासक सत्याच्या पूजेत रमेल? आणि सत्य वजा केले, तर वाङ्‌मयीन विश्वात काय शिल्लक राहील?

गट-तट-मठ नाकारणारी तिसरी भूमिका!

मी सत्याच्या निष्ठेनेच आजवर लिहीत आलो, बोलत आलो. त्याची किंमतही मला अनेक वेळा मोजावी लागली. मला नको असलेली वादग्रस्तता माझ्या माथी मारली गेली. बहुतेक जातीय गटांनी माझा उघड किंवा सुप्त निषेध केल्याच्या आठवणी मन जाळतात. मी महापुरुषांच्याही मर्यादा नोंदतो, म्हणून मला उपरोधाने 'मर्यादा पुरुषोत्तम' म्हटले जाते. संत-महात्मे-महापुरुषांचे दोष वंदनीय नसावेत. मी महापुरुषांच्या मर्यादा सप्रमाण नोंदल्या, तर वाचक बिथरतात. विद्वान चिडतात. मला नको असणाऱ्या जातीच्या शिक्क्यात बंदिस्त करतात. या प्रक्रियेत खरे तर त्यांचीच जात-जाणीव उघडी होते. पण त्यांना बहुसंख्येचा किंवा संघटितपणाचा आधार मिळतो. माझ्या भूमिकेचा मीच शिल्पकार असल्याने मला गुरूही नाही आणि माझा गट नाही, तट नाही व मठही नाही. सध्या तरी मी एकटाच माझी भूमिका पेलून धरून वाङ्‌मयीन-वैचारिक प्रवास करतोय!

काही भूमिकांचे यश सिद्ध होण्यास युगानयुगेसुद्धा जातात; जाऊ देत! माझा आत्मविश्वास बुलंद आहे. माझी भूमिका आज पचणारी-गाजणारी नसेलही; पण उद्याच्या काळात माझ्याच भूमिकेच्या वाटेने समाजाला, संस्कृतीला जावे लागेल! त्याशिवाय संस्कृती सुरक्षित राहणार नाही, विकसितही होणार नाही.

माझी भूमिका ब्राह्मणांची नाही - ब्राह्मणेतरांचीही नाही. माझी भूमिका कोणत्याही एका किंवा अनेक वादांच्या बंदिस्त बेरजेचीही नाही. यापेक्षा भिन्न तिसरी भूमिका मी स्वीकारली आहे. संवाद व संघर्ष तसेच मर्यादा आणि सामर्थ्य हे या भूमिकेचे निकष आहेत. वाङ्‌मयीन विश्वातील या शास्त्रीय सूत्रावरच सांस्कृतिक भवितव्य अवलंबून आहे.

(सौजन्य - 'मेहता मराठी ग्रंथजगत' दिवाळी अंक २०१३)

--*

. ३.

स्मशान साक्षीने चार्वाकाची अनुभूती

ईश्वर न मानणाऱ्या लोकांची संख्या जगातील लोकसंख्येच्या एक टक्काही मुळीच होणार नाही. तरीही ईश्वराच्या विरोधी भूमिका घेऊन अस्तित्वात असणाऱ्या माणसांच्या कल्याणासाठी नास्तिकवादाचा झेंडा खांद्यावर घेणारीही अत्यल्प मंडळी, प्रत्येक शतकात आहेतच. ईश्वरी संकल्पनेला सुरुंग लावणे म्हणजे जवळजवळ साऱ्यांचा विरोध पत्करणे असते. तरीही या धोक्याची पर्वा न करता, स्वत:च्या तर्कशुद्ध भूमिकेशी प्रामाणिक राहून नास्तिकवादी माणसं पिढ्यानपिढ्या ईश्वराशी भांडत आलेली आहेत.

प्राचीन काळात चार्वाकाने हा पराक्रम भारतीय संस्कृतीच्या इतिहासात प्रथम केला. त्याने ईश्वर, पाप-पुण्य, आत्मा, स्वर्ग-नरक या सर्व कल्पना प्रत्यक्ष प्रमाणाच्या निकषावर खोट्या ठरविल्या. चार्वाक हा पहिला ईश्वरविरोधी भारतीय माणूस आहे. त्याच्या संघर्षाचे मोल प्राचीनांनी ओळखले नाही. उलट चार्वाकाला त्याच्या सत्यनिष्ठेपायी आणि ईश्वरविरोधापायी त्यांनी बदनामच केले. वास्तविक चार्वाकाचा विचार एक 'विचारप्रणाली' म्हणून तरी स्वागतार्ह मानण्याची समंजस भूमिका वेदान्ती लोकांनी घ्यायला हवी होती. पण त्याच्यासंबंधी अत्यंत टोकाची भूमिका घेऊन, चार्वाकाची विचारसंपदा नष्ट केली गेली. (कदाचित चार्वाकाचा शेवटही, परमेश्वरविरोधाच्या तथाकथित 'गुन्ह्यामुळे' केला गेला असण्याची शक्यता नाकारता येत नाही.)

'चार्वाक–विचार' हा आधुनिक विज्ञानाच्या निकषावरही प्रमाण मानावा एवढा तर्कशुद्ध विचार आहे. म्हणून प्राचीन काळातील सर्वाधिक सत्यनिष्ठ विचारप्रणाली म्हणून चार्वाकाच्या तत्त्वज्ञानाची महती, आपण समजून घ्यायला हवी. पण बहुसंख्य विद्वान या सत्यापासून दूर आहेत.

बदनाम केला गेलेला चार्वाक, प्रत्येक शतकातील बहुसंख्य आस्तिकांनी

पुन:पुन्हा मारला. प्रत्येक शतकात चार्वाकाचा झालेला हा खून, ईश्वराच्या श्रद्धेपोटी करण्यात आला. चार्वाकाचे म्हणणे साधे, सहज आणि स्पष्ट होते. ईश्वर, आत्मा, स्वर्ग, नरक यांचे अस्तित्वच नाही, म्हणून ते सर्व चार्वाकाने झूठ मानले. चार्वाकाने फक्त इहवाद मान्य करून, माणसाच्या भौतिक कल्याणाचा विचार मांडला. विवेकशीलता, भौतिकता यांच्या कैवारातून चार्वाकाने ईश्वराचे खोटेपण सांगितले. त्याने ईश्वरापेक्षा माणूस श्रेष्ठ मानला. अर्थात चार्वाकाच्या विचारांची किंमत त्याला मोजावी लागली असणारच! पण चार्वाकाला अनेकांनी अनेकवेळी मारूनही तो जिवंतच राहिला.

जडवादाची कास धरून ईश्वर नाकारणारे काही विद्वान आजही चार्वाकाचा पंथ चालवत आहेत. निधन पावलेले नानासाहेब गोरेंसारखे विद्वान संख्येने अत्यल्प असले तरी, नास्तिकवादाचा वारसा हा अखंड चालूच आहे.

डॉ. श्रीराम लागू या प्रतिभाशाली कलावंताने तर ईश्वराच्या गौडबंगालाबद्दल ठामपणे संघर्ष पुकारला आहे. ''परमेश्वराधिष्ठित धर्म ही संकल्पना मानली तर सर्व धर्मांना रिटायर करायला पाहिजे,'' हा डॉ. श्रीराम लागू यांचा सिद्धान्त. ''परमेश्वराला रिटायर करा'' या त्यांच्याच पायाभूत विचारसूत्राचा विकास आहे. डॉ. लागूंची ही विकसित भूमिका अत्यंत धक्कादायक असून ती शंभर टक्के वस्तुनिष्ठ आहे व म्हणून योग्यही आहे.

विसाव्या शतकातील विज्ञानयुगातही एक 'शोषण संस्था' म्हणून धर्मातील विकृतीचा शोध माणसांना का लागू नये? सिद्ध न झालेला ईश्वर वंदनीय का आणि कसा ठरावा? 'ईश्वर' या संकल्पनेमुळे संपूर्ण मानवाचा इतिहासच गोंधळला आहे. माणसाने स्वत:च्या सामर्थ्याचे केंद्र, चैतन्यवादाच्या आहारी जाऊन, स्वत:बाहेरील अदृश्य शक्तीमध्ये शोधले.

मानवी विकासक्रमात मुख्य अडसर म्हणून हा ईश्वर, हजारो वर्षांपासून उभा आहे. ईश्वरी संकल्पनेची मुळं माणसांच्या मनात रुजल्याने, ती खणून काढणे अत्यंत कठीण आहे, म्हणूनच प्रबोधनाची दिशा सतत गोंधळते आहे. ईश्वरी संकल्पनेला धक्का दिला की, आस्तिक मन तळमळून उठते. म्हणूनच विशुद्ध प्रबोधनात कोंडी निर्माण झाली आहे. या पार्श्वभूमीवर 'निरीश्वरवादी प्रबोधनाशिवाय परिवर्तनाचे प्रश्न सुटणार नाहीत' हे सूत्र डॉ. श्रीराम लागू आज मांडत आहेत. तेव्हा प्रस्थापित हितसंबंधादी आणि त्यांच्या विरोधात संघर्ष करू इच्छिणारे परिवर्तनवादी, या दोन्ही गटांच्या विरोधात डॉ. श्रीराम लागू यांची वैचारिक लढाई चालू आहे.

ईश्वर, गॉड, अल्ला ही संबोधने वेगवेगळी असली तरी, संकल्पना मात्र एकच आहे. ईश्वरकेंद्री धर्म, परंपरा, श्रेष्ठत्वाच्या कारणासाठी जगाच्या इतिहासात सर्वत्र संघर्षरत राहिल्या, धर्माधर्मांच्या लढायांनी जगाचा इतिहास रक्ताने माखला गेला. ईश्वराच्या आणि धर्माच्या नावाने, माणसांनी माणसे कापली–मारली. तरीही या गोष्टी श्रेष्ठ कशा?

ईश्वर आणि धर्म या संकल्पना माणसाने जन्माला घातल्या नसत्या तर कदाचित मानवजातीची ९० टक्के दु:खं संपली असती, असं मला प्रामाणिकपणे वाटते. चार्वाक हा मूर्ख नव्हता. मानवताविरोधी नव्हता. मार्क्स, गांधी, बुद्ध इ. महात्म्यांप्रमाणे त्यानेही माणसाच्या कल्याणाचाच विचार केला. पण समाजाने मात्र त्याला शिव्या घालून दु:ख दिले. एका निरपराध सत्यवादी महात्म्याला समाजाने समजून न घेता बहिष्कृत केले. वेदान्ती तत्त्वाऐवजी चार्वाक तत्त्वज्ञान भारतीय समाजाने अंगीकारले असते तर, केवळ हिंदूचाच नव्हे तर संपूर्ण जगाचा इतिहासच बदलला असता. विसाव्या शतकाचा करिश्मा पहिल्या शतकातच कदाचित प्रत्ययाला आला असता आणि विसाव्या शतकाच्या मर्यादा केव्हाच तुटल्या असत्या, ही वास्तवता ईश्वरभक्तांना आकळता येणार नाही.

संपत्ती, प्रसिद्धी सर्व काही हात जोडून उभे असताना, डॉ. श्रीराम लागू केवळ स्वत:च्या विवेकबुद्धीला पटलेला नास्तिक विचार, सर्वत्र मांडत आहेत. हजार विचारवंतांचे कर्तृत्व त्यांच्या या चार्वाकपंथी भूमिकेत आहे. या मांडणीत त्यांचा कुठलाही स्वार्थ नाही. उलट सर्व प्रकारच्या धोक्यांनाच निमंत्रण देणारे धाडस ते करीत आहेत. त्यांच्या या धक्कादायक मांडणीतून काही प्रामाणिक कार्यकर्ते सत्यनिष्ठेचे मूल्य ओळखून निश्चितच उभे राहतील. इतिहासात हुकलेला विशुद्ध प्रबोधनाचा सत्यनिष्ठ पाया, डॉ. श्रीराम लागू यांच्या निर्भीड वैचारिकतेने आज घातला जात आहे. कलेच्या इतिहासातील त्यांच्या कर्तृत्वापेक्षा, नास्तिकवादाचा सच्चा पाईक म्हणून सिद्ध होणारा त्यांचा पराक्रम, अधिक मूल्यात्मक ठरावा! डॉ. लागूंच्या रूपात मला म्हणूनच अंशत: चार्वाक दिसला.

तीन वर्षांत पाच जिवलगांचे मृत्यू भोगताना मी उद्‌ध्वस्त झालो होतो. माझ्या मुलाचे–अमोलचे मृत शरीर मातीत लोटताना, स्मशानभूमीच्या साक्षीने मी, ईश्वराला शिव्या दिल्या. त्याक्षणी पूर्वापार बौद्धिक नात्याचा चार्वाक मला अधिक भावला. चार्वाकाने माझे डोळे पुसले.

--*

.४.

'सासू'मध्येही मातृत्व असावे?

नागपूरच्या एका समंजस सासूने तिच्या सुविद्य, श्रीमंत आणि सहा वर्षांचा मुलगा असलेल्या विधवा सुनेच्या लग्नासाठी अनुरूप वराकडून प्रस्ताव मागवणारी जाहिरात दिली होती. तिचे नाव सुमती काळे.

जाहिरात १९८८ च्या 'लोकसत्ते' मध्ये झळकली होती. १००० भाषणे आणि १००० ग्रंथांचे सामर्थ्य या जाहिरातीपुढे फिके पडावे! स्त्रीमुक्तीच्या नव्या दिशा, या जाहिरातीमधील मजकुरातून अपरिहार्यपणे अभिव्यक्त झाल्या होत्या. 'स्त्रियांच्या विकासात स्त्रीच धोंड आहे' हा सिद्धान्त आणि व्यवहार या जाहिरातीने बाद ठरवला. ही जाहिरात माझ्या दृष्टीने एक सुंदर ललित निबंध आहे. ही जाहिरात एक विचार–कविता आहे. ही जाहिरात वेदनेचे एक महाकाव्य आहे. ही जाहिरात स्त्रीमुक्तीचा, मानवमुक्तीचा श्रेष्ठ जाहीरनामा आहे.

सुनेला छळणे, हेच आपले कर्तव्य मानणारी भारतीय 'सासू', परंपरेतील एक अपरिवर्तनीय आणि खालसा न होणारे 'संस्थान' आहे. या 'सासू संस्थाना' चे हक्क सर्वसामान्य आहेत. घरातील कोणाच्याही मृत्यूचे खापर सुनेच्या 'पांढऱ्या कपाळावर' कायम करताना, इथे कुणालाच तिची कणव येत नसते. आपण तर्कदुष्ट विचाराने एका निरपराध स्त्रीला पुन्हा दु:ख देत आहोत, याची कुणालाच जाण नसते. 'सासू'ची ही परंपरेतील अंधश्रद्ध, दुष्ट प्रतिमा, सुमती काळे यांनी पराभूत केली.

सुमती काळे यांनी दिलेल्या जाहिरातीनुसार मी माझा प्रस्ताव त्यांच्या सुनेसाठी पाठवला होता. पार्श्वभूमीत पत्नी मीराच्या मृत्यूचे डोंगराएवढे दु:ख उभे होते. वेदनेने होरपळणाऱ्या मनाचे सांत्वन सुमतीआईच्या अनेक पत्रांतून झाले.

आम्ही आई आणि मुलगा म्हणून संवाद साधला. जाहिरातीमधील हेतू

आणि संदर्भ नंतर बाजूला राहिला.

मी नव्या 'मीरे'शी इकडे नवा संसार मांडला.

नागपूरला त्यांना फोन केला, तर त्यांच्या सूनबाईंनी, सुमतीआई दोन महिन्यांपूर्वीच वारल्याचे सांगितले. माझ्या आवाजाला कंप सुटला. मन सुन्न झाले. न पाहिलेल्या पण वात्सल्याचा अनुभव पत्रातून घेतलेल्या या आईचा, कायम वियोग झाल्याचे दु:ख मला असह्य झाले. मृत्यूचा चकवा किती भयंकर असतो? प्रगल्भ मातृत्वाची ही साक्ष माझ्या आयुष्यात कायम ठसा उमटवून गेली. मुलांची आई होणे स्वाभाविक असते. पण सुनेचेही आईपण सिद्ध करणे, ही थोरवी दुर्मीळच! विधवा सुनेला नव्या संसारात रममाण होण्याचा आग्रह धरणारी भारतीय सासू, ऐतिहासिक महत्त्व सिद्ध करणारी नव्हे का? मुलगा वारलेला, नातवासाठी नवा बाप शोधताना या स्त्रीने मनात किती आणि कसे हेलकावे, हुंदके साठवले असतील? स्वत:च्या सुनेचा, परक्या माणसाशी संसार मांडून देणारी ही सासू, 'सासू' कशी असेल? 'सासू' वर मात केलेले हे मातृत्व वंदनीयच! सुनेची आई झालेली ही स्त्री, माझ्यासारख्या प्रत्यक्षात भेटही न झालेल्या शोकात्म जीवनप्रवाशावर, वात्सल्याची फुंकर टाकत असे. स्वत:च्या काळजाचा तुकडा मृत्यूच्या दाढेत गेल्यावर, दु:खाने वेड लागण्याची पाळी! पण ही वेदना भोगून जिवंत माणसांच्या इहवादाची काळजी घेण्याची डोळस आणि कल्याणकारी प्रवृत्ती, सुमती काळेंच्या ठिकाणी होती. मृत्यूचे दु:ख अटळ असले तरीही वेदनेचा वणवा शांत करण्याचे सामर्थ्य, माणसाच्या वात्सल्यपूर्ण फुंकरीतच असते. गरज आहे फुंकर मारणाऱ्या सच्च्या माणसांची!

नागपूरच्या या दौऱ्यात नव्या आईची प्रत्यक्ष भेट घेऊन आशीर्वाद घेण्याचे माझे स्वप्न, पहिल्याच दिवशी उद्ध्वस्त झाले. तरीही मी आणि माझी पत्नी ललिता त्यांच्या मुलाच्या घरी गेलो. आईच्या पावलांनी पुनीत झालेला तो परिसर अनुभवताना मन कल्लोळले होते. दुसरा मुलगा आणि सून यांनी आमचे स्वागत केले. मी आईचा फोटो मागितला. त्यांनी आम्हाला देवघरात नेले. देव्हाऱ्याच्या शेजारी लावलेल्या सुमतीआईच्या प्रेरक उदात्त प्रतिमेला, आम्ही भक्तिभावनेने हार अर्पण करून जोडीने नमस्कार केला. देव्हाऱ्यातील देवतांच्या प्रतिनिधींसमोर न झुकता, पाठमोरा होऊन मी परतलो. कारण मला देवत्व गवसले फक्त त्या मातृत्वात! माणसांची दु:खे निमूटपणे पाहणारा देव श्रेष्ठ कसा आणि का मानावा? हे मला आजही न उलगडलेले कोडे आहे. सुमतीआईंनी देव मानलाही असेल! पण माझ्या दृष्टीत तर त्याच देवता ठरल्या. त्यांच्या

विधवा सुनेने पुनर्विवाहाचा विचार नंतर अमान्य केला आणि आपल्या मृत पतीच्या चिरंतन स्मृतीलाच निष्ठा वाहून, मुलाच्या कल्याणकारी स्वप्नात स्वत:चे आयुष्य झोकले. या त्यागाचे मूल्यही श्रेष्ठ नव्हे का?

सुमतीआईच्या त्या नातवानंही आता स्वत:च्या आईशिवाय देवत्व इतरत्र कुठे शोधावे?

--*

.५.

मी गांधी टोपी जाळली तेव्हा....

टी. व्ही. वरील कुठलासा कलात्मक चित्रपट पाहण्याच्या विचाराने मी त्या दिवशी फार प्रभावित झालो होतो. अचानक जवाहर पाटील आला. नेहमीच्या घाईप्रमाणे मला एक उपोषणकर्त्या समूहासमोर भाषण करावयाचे होते. बी. एड. कॉलेजच्या विद्यार्थ्यांनी एका संस्थेच्या विरोधी आणि उत्तर महाराष्ट्र विद्यापीठाविरोधी आंदोलन छेडले होते. प्रत्येक विद्यार्थ्याकडून हजारो रुपये बिनापावती देणगी घेऊनही, त्यांची बी. एड. ची परीक्षा घेतली गेली नव्हती. कारण त्यांच्या कॉलेजला नियमाप्रमाणे परवानगीच नव्हती. या अन्यायाविरुद्ध संबंधित विद्यार्थ्यांनी परीक्षा घेण्यात याव्यात आणि देणगी परत मिळावी म्हणून धुळ्याच्या जिल्हा कार्यालयासमोर उपोषण, धरणे आंदोलन सुरू केले.

अॅड. जवाहर पाटील हा उमदा लढाऊ शिष्य या आंदोलनाचे नेतृत्व करीत होता. त्याचा माझ्यावर सर्वार्थाने हक्क असल्याने मी नेहमीप्रमाणे आंदोलनकर्त्या विद्यार्थ्यांना भेटायला गेलो. खरे तर थोडा वेळ भाषण करून मला परतायचे होते.

पण प्रत्यक्ष उपोषणकर्त्यांच्या भेटीत एकेका विद्यार्थ्याची करुण कहाणी ऐकून मी सुन्न झालो, वाघ नावाच्या विद्यार्थ्याने आपली शेती गहाण ठेवून आणि पिठाच्या गिरणीतून काम करून देणगी भरली होती. कुण्या एका विद्यार्थ्याने घर विकून शैक्षणिक लाच दिली होती. अशा पाच-पन्नास कहाण्या! स्वत:ची कथा सांगताना वाघ रडत होता. माझे आणि दु:खाचे नाते तर सनातनच. मी हादरलो. जवाहरकडे पाहिले तर, त्याच्याही डोळ्यांत पाणी. जवाहरचे काळीज जागेवरच राहिले, याचे आश्चर्य आणि समाधान वाटले.

माझ्या भिंतीआडच्या टी. व्ही. संस्कृतीची, बैठ्या आयुष्याची, क्षणभर मला लाज वाटली. मी गहिवरलो. माझाच जाहीर निषेध करून या गरीब विद्यार्थ्यांच्या न्यायासाठी उभा राहिलो.

आंदोलन दररोज व्यापक आणि तीव्र बनत होते. योगेन्द्र जुनागडे, अशोक जैन, मनोहर पाटील, श्रावण मोडक इत्यादी जागृत पत्रकार संपादकांनी विद्यार्थ्यांवरील अन्यायाला वाचा फोडली.

शैक्षणिक संस्था उभ्या करून त्याद्वारे पैशाची कमाई करण्याचा धंदा, महाराष्ट्रात तसा तेजीत आहे. प्रमुख सत्तापदांची वाटणी पूर्ण झाल्यावर, उर्वरित असंतुष्ट बाळांना खूश करण्यासाठी शैक्षणिक संस्थांचे वाटप, खिरापतीप्रमाणे करण्याचा उद्योग इथे अमाप पिकला. ''कुणी गोविंद घ्या, कुणी गोपाळ घ्या'' या तालावर ''कुणी इंजिनिअरिंग घ्या, कुणी मेडिकल घ्या!'' काहीच नसेल तर ''बी. एड. घ्या, डी. एड घ्या'' असा शैक्षणिक पुळका, एका स्वरात सुरू झाला.

अनेक गरीब विद्यार्थ्यांचे वाटोळे झाले. अनेक गल्लाभरू बापांची काही उनाड पोरे लबाड्या करून पदवीधर बनली, मास्तरही झाली. शिक्षणाचा असा येळकोट झाला.

या सार्वत्रिक चित्राचा एक भाग आम्ही अनुभवत होतो. अनेक वकील या आंदोलनात सहभागी झाले होते. सामान्य जनतेचा उत्स्फूर्त पाठिंबा मिळत होता. आंदोलन फोडण्याचे प्रयत्न फोल ठरले.

विद्यार्थांच्या या आंदोलनाला अधिक धार चढावी म्हणून आम्ही मोर्चाचे आयोजन केले. सर्व विद्यार्थी संघटना मोर्चात सामील झाल्या. घोषणांच्या आवाजाने शहर हादरले होते. विशेष म्हणजे उजव्या व डाव्या प्रवाहातील सर्व युवकांनी एकत्र येऊन हा लढा पुकारला होता.

धुळे जिल्हा कार्यालयासमोर मोर्चा आला. शहर पोलीस स्टेशनचे इन्स्पेक्टर श्री. पाटील यांच्याशी माझा टोकाचा वाद झाला. मोर्चा संपता संपता सभा सुरू झाली. समारोपाच्या भाषणाच्या वेळी मी अचानक माझ्या खिशातून रॉकेलमध्ये भिजवलेली पांढऱ्या रंगाची गांधी टोपी काढली आणि जवाहरच्या हस्ते ती सर्वांच्या साक्षीने जाळली. खुद्द जवाहरसह सर्वांनाच धक्का बसला. गांधी टोपीचा वापर करून सामान्यांना लुबाडणारे पुढारी केवळ बदमाश नसून, ते गांधीसह या पवित्र देशाचे मारेकरी आहेत. गांधींचे नाव व टोपी यांवर त्यांना हक्क सांगण्याचा अधिकार नाही. प्रतिकात्मक निषेध हे आंदोलनाचे मूल्य, मुर्दाड मनांनाही हादरा देत असते. तेच इथे झाले.

प्रा. शरद पाटील, प्रकाश बावीस्कर, श्री. महेन्द्र भावसार, श्री. लहामगे अशा असंख्य युवक नेत्यांनी या मोर्चात सहभाग देऊन आंदोलनाचा वणवा

पेटवला होता.

शेवटी कुलगुरू डॉ. ठाकरे यांनी संस्थाचालकास दंड देऊन विद्यार्थ्यांच्या परीक्षा घेतल्या. संघर्षात्मक आंदोलनातून यश मिळाले. विद्यार्थ्यांचे वर्ष वाचले. पण हजारो रुपये कायम बुडाले. या भ्रष्ट शैक्षणिक कारस्थानाचे किती आणि कोण कोण बळी ठरणार आहेत? ठरत आहेत?

--*

. ६ .

दलित्वाची माझी अनुभूती

१९ ऑगस्ट १९९३ चा दिवस!

एम. ए. च्या तासाला शिकवताना मी रंगून गेलो होतो. कोल्हापूरहून ट्रंकॉल असल्याचा निरोप शिपायाने आणला. वर्गापासून फोनपर्यंत जाताना 'कुणाचा फोन असावा?' याची उत्तरे शोधताना मेंदूला गती आली. प्रचार व प्रियदर्शी प्रकाशन कोल्हापूर या प्रकाशन संस्थेच्या गवळी बंधूंचा फोन असावा असा तर्क केला. फोन उचलून ऐकतो तो डॉ. नशिराबादकर बोलत होते. या सदगृहस्थांशी आयुष्यात भेट नाही. पत्रव्यवहार नाही. फक्त ऐकून माहिती आणि एक विशेष संदर्भ म्हणजे, डॉ. आंबेडकरांच्या 'बहिष्कृत भारता' वरील माझ्या पीएच. डी. च्या प्रबंधाचे ते एक परीक्षक होते.

ते फोनवर म्हणाले, "मी तुम्हाला एक चांगली संधी उपलब्ध करून देत आहे. तुमच्या आयुष्याला एक टर्न मिळेल. तुम्ही २२ तारखेला पुण्याला या . पत्ता...." माझे मन आश्चर्य व आनंदाने गच्च भरले. मी खोदून खोदून विचारले, पण प्रत्यक्ष भेटीत बोलण्याचे त्यांनी सांगितले. मी त्यांचा फोन नंबर घेऊन फोन ठेवला.

आनंदाच्या लाटेवर तास संपवला. मला अंदाज आला. शिवाजी विद्यापीठात मराठी विषयाची प्रोफेसर किंवा रीडर पदाची जागा असावी. सुप्त मनात विद्यापीठात नोकरीचे स्वप्न होतेच. मी सुखावलो आणि कोल्हापूरला १९८४ साली सिनेमासृष्टीच्या आकर्षणापोटी जाण्याची इच्छा आज पूर्ण होत असल्याचे जाणवले. प्रोफेसरची पोस्ट मिळत असेल तरच आपण जावे असे ठरले.

धुळे सोडण्याचा विचार मनात पक्का केला. मेंदूचे मीटर गर्रकन फिरले. मनात शंभर विचार विविध बाजूंनी सुरू झाले. धुळ्यातील प्रेम करणारे जिवलग विद्यार्थी मित्र आणि वयस्क स्नेही आठवत राहिलो. धुळ्यातील घर सवडीने

विकून कोल्हापूरला स्थायिक होऊ. गावाकडची जमीन तेथून जवळ पडेल. कोल्हापूर ते हाडोळी, ता. निलंगा अंतर किती याचा शोध मनात सुरू होता. नवीन विद्यापीठात आपण विरोधक निर्माण करायचे नाहीत. कारण आयुष्याच्या वाटेवर आपली चूक नसतानाही काही मूर्ख आडवे येतात आणि विरोध लादला जातो. विरोधकांची विरोधक म्हणूनही लायकी आपल्या तुलनेत नसेल तर त्याचे दु;ख अतीव असते. सध्या आपण ते दुःख भोगत आहोतच. कॉ. शरद पाटील यांच्यासारखे समर्थ व अभ्यासू विरोधक त्यांच्या पात्रतेमुळे आपल्याही अभिमानाचा विषय ठरतात; पण इतर लुंग्या-सुंग्यांबद्दल काय? पण कुणाचेही आयुष्य सुरक्षित नसावेच. ज्यांना काही नवीन आणि चांगले घडवायचे आहे, त्यांच्या वाटेवर माणसापेक्षा कुत्री अधिक भेटावीत? कोल्हापूरला मुलींच्या शिक्षणाची अडचण होईल का? डॉ. जहागीरदार, प्रा. चौसाळकर, डॉ. माया पंडित, उदय नाटकर, शरद नावरे ही पूर्वपरिचित व ऐकीव परिचित मंडळी आहेतच. आपण त्यात रमून जाऊ! प्रकाशक गवळी बंधूंनी आपली वैचारिक पुस्तके– 'ब्राह्मणी सत्यशोधक', 'उगवतीचा क्रांतिसूर्य', 'भारतरत्न आणि बहिष्कृत भारत' प्रसिद्ध करून महाराष्ट्रात आपले नाव पोचविले. त्यांच्या ऋणात आहोतच. पण त्यांच्या सहवासातही कोल्हापूरला राहता येईल.

विचारचक्र दिवसभर भरवेगात चालू होतं. प्रोफेसरपदासाठी आपली सर्वार्थाने पात्रता आहेच. तेव्हा आता धुळे सुटणार आणि कोल्हापूरला आपण जाणार, हे ठरलेच. भावनिक गुंता फार विचित्र असतो. धुळ्याशी जडलेली माया कायम आहे. कदाचित धुळ्याचा सर्व बरा–वाईट इतिहास विसरण्यासाठी आणि नव्याने पुन्हा आयुष्य उभारण्यासाठी नियतीने ही नवी संधी दिली असावी?

सौ. ललिताला मी सविस्तर बोललो. आई- मुलीही कोल्हापूरला कायम जाण्याच्या कल्पनेने सुखावल्या. ललिताच्या मनात एक चिंता निर्माण झाली. ती म्हणाली, "घरातील सामान कोल्हापूरला हलवताना काचेच्या बरण्या फुटतील ना?" त्याच दिवशी प्राचार्य डॉ. तांबे भेटले. न राहवून मी त्यांना फोनची बातमी सांगितली. ते म्हणाले, "प्रोफेसरचे पद मिळणे महत्त्वाचे आहे. बहुधा त्याबद्दलच डॉ. नशिराबादकरांचे बोलणे असावे. तुम्ही जरूर जा." मी पुन्हा सुखावलो.

दिवसभराच्या याच प्रश्नावरील चिंतनाने मी भारावलो होतो. हजार विचार मनात गर्दी करून होते. सविस्तर बोलू म्हणून १९ ऑगस्ट रोजीच मी डॉ.नशिराबादकरांना कोल्हापूरला फोन केला. मी 'संधी' चे स्वरूप स्पष्ट विचारले. नशिराबादकरांनी प्रोफेसरची पोस्ट असल्याचे सांगितले. मनात पुन्हा आनंदाची

लाट. नंतर ते म्हणाले, ''सबनीस, तुम्ही गैरसमज करून घेऊ नका. मला असं विचारायचं आहे की, तुम्ही राखीव कोट्यातील आहात ना? कारण प्रोफेसरची पोस्ट आहे, पण ती राखीवसाठी आहे.''

माझ्या मेदूंच्या मीटरची गती एकदम थांबली. मी त्यांना म्हणालो, ''सर, मी राखीवमधील नाही. मी ब्राह्मण आहे.'' हे ऐकताच त्यांना धक्का बसला. त्यांना खेदही झाला. ते म्हणाले, ''माफ करा. तुमचा आंबेडकरांवरील पीएच. डी. चा प्रबंध तपासण्यासाठी माझ्याकडे आला होता त्यावरून मला वाटले की तुम्ही दलित आहात.''

संवाद संपला आणि धुळे सोडून कोल्हापूरला जायचे स्वप्नही संपले. बायकोच्या मनातील काचेच्या बरण्या फुटण्याची चिंताही संपली. सकाळी ८ ते सायंकाळी ८ या बारा तासातील १९ ऑगस्ट १९९३ चे वेगवान गतीने विणलेले व रंगवलेले स्वप्न संपले-भंगले. पण मनात प्रोफेसर होता आले नाही या दुःखापेक्षा डॉ. नशिराबादकरांनी मला दलित समजल्याचे दुःख फार झाले. खरंच मी दलित असतो तर मी प्रोफेसर झालो असतो. माझी ब्राह्मण जात विकासात आडवी आली.

मला त्यांनी दलित का समजावे? पण त्यांचा तरी दोष कसा? आंबेडकरांसंबधी तीन ग्रंथ मी लिहिले. त्यामुळे सवर्ण वाचक मला दलित समजत असतील का? ही माझ्या सत्यप्रतिपादनाची पावती आहे की दुःखाची बाब आहे? मी दलित ठरलो याची वेदना जिवाला जाळत होती आणि मनात आले–मी थोडा वेळ दलित ठरल्याबद्दल मला एवढ्या यातना झाल्या, डॉ. आंबेडकरांसारखा जगविख्यात विद्धान दलित म्हणूनच जन्माला आला. मग त्यांच्या आणि त्यांच्या समाजाच्या माणसांच्या आयुष्याच्या कायम यातना–वेदना किती भयंकर असाव्यात?

--*

.७.

डॉक्टरांमधले देवत्व आणि.....

"दुनिया का कोई भी बाप अपने बच्चे को बचाने के वास्ते जितना नहीं कर सकता उतना तुमने किया है!" मुंबईच्या जे. जे. हॉस्पिटलच्या एका डॉक्टरचे हे वाक्य माझी आयुष्यभर सोबत करणार आहे; माझ्या मुलाच्या मृत्यूच्या दु:खाबरोबर! माणसं आपल्या मुलांच्या जीवन-मरणात, आपला जीव एवढा का गुंतवतात? मुलांच्या जन्ममृत्यूच्या सुखदु:खाने संपूर्ण विश्वच, प्रकाश-अंधाराच्या द्वंद्वात सापडले आहे. मूल जन्मते, आपल्या माणसांना लळा लावते आणि अचानक निघून जाते, या सृष्टिव्यापारास काय म्हणावे?

या सुखदु:खाच्या प्रवासात डॉक्टर नावाचा प्राणी आवश्यक असतो. तो विद्वान हवाच. पण सहृदयही हवाच! आणि तरीही एकाच डॉक्टरच्या निर्णयावर विसंबून राहणे धोक्याचे असते, हे मला अनुभवाने पटलेय. बुद्धिवादाच्या सर्व शक्यता पडताळूनही, मानवी प्रयत्नांचे किंवा विद्वतेचे महत्त्व कमी होण्याचे, मानण्याचे कारण नसावे! 'जन्मल्यानंतर मृत्यू अटळच असतो', ही वास्तवता निदान आज तरी विज्ञानाने फेटाळून लावलेली नाही.

प्रश्न असतो. दु:ख निर्माण होऊ नये म्हणून सर्व शक्ती पणाला लावण्याचा! त्याचप्रमाणे दु:खाच्या अटळतेनंतर त्या व्यक्तीला सावरण्याचा! या दोन्ही संदर्भात, अद्याप माणसाचा गहिवर जिवंत आहे. अद्यापही बऱ्याच कंठांतून खरेखुरे हुंदके बाहेर पडतात आणि दु:ख झेलण्यासाठी माणसं पुन्हा उभी राहतात. खोटे हसू आणि खोटे आसू यांचा बाजार कितीही मोठा असो; निदान गळ्याला पडलेली 'बाळमिठी' तर नकली नसतेच! 'अस्सल' माणसांची नाती रक्ताची असोत वा नसोत, ती अर्थपूर्ण ठरली आहेत. त्यामुळेच माणसाच्या विश्वासाने हे विश्व जिवंत आहे. जागृत आहे. समाधानीसुद्धा आहे. पत्नीचा मृत्यू अनुभवताना, माझा आक्रोश, आदिवासी डॉ. अमृतसिंग वसावे आणि डॉ. दिलीप पाटील

यांच्या काळजाला का भिडावा? रक्ताचे, जातीचे, संस्कृतीचे सर्व अंतर पार करून माझी वेदना या डॉक्टरांच्या हृदयाने अलगद पेलली. मुलाच्या मृत्यूने मी उद्ध्वस्त होणे स्वाभाविकच! पण त्याच्या निघून जाण्याने डॉ. आगीपाल, डॉ. पाखरे, डॉ. वसावेही कायम दु:खीच झाले. या दु:खाच्या नात्याने माझा नवा 'गोतावळा' उभा राहिला. त्यातूनच पुन्हा जगण्याची शक्ती मिळाली असेल.

मृत्यूचे थैमान ज्या कुटुंबावर आघात करून जाते, त्यांच्या दु:खाला शब्दबद्ध करण्यासाठी जगातील सर्व समर्थ व श्रेष्ठ लेखकांची प्रतिभा तोकडी पडावी! पत्नीच्या पाठोपाठ मुलगा, नंतर त्यांच्याही पाठोपाठ मुलीचा कोवळा जीव मातीत लोटण्याच्या प्रसंगाने बाप किती संपून जावा? डॉ. सुनील नाईक यांच्या अथक प्रयत्नाला यश न आले तरी त्यांची तळमळ आणि त्यांचा दिलासा महत्त्वाचा नव्हे का? माणसांच्या-गरिबांच्या दु:खासाठी लेखणी झिजवणारा माणूस, म्हणूनच डॉ. सैंदाणे, डॉ. कांबळेंसारखी मंडळी जिव्हाळा ठेवून असावीत का? बिलाचा आग्रह करताना माझ्या जोडलेल्या हातांना, डॉ. दिलीप पाटील, डॉ. के. एस. सैंदाणे, डॉ. कांबळे वगैरे देवमाणसंही हात जोडूनच उत्तर देताना मी काय अनुभवतो? ईश्वर न मानणाऱ्या एका सामान्य माणसाच्या वेदनेला साक्षात माणसातले देवत्वच साद घालते आहे का?

डॉ. कमलाताई अष्टपुत्रे, डॉ. अ. ल. कुकुडे (लातूर), डॉ. दाते या विद्वान आणि सहृदय डॉक्टरमंडळीचे स्मरणही याचमुळे होत राहते.

माणसाच्या आयुष्यात देवत्वाशी प्रामाणिक असणाऱ्या तज्ज्ञ डॉक्टरांची भेट होणे, ही बाब देवभेटीपेक्षाही महत्त्वाची ठरावी. काही पेशंटच्या वाट्याला, डॉक्टरमधील सैतान येतो आणि आयुष्य बेचिराख होते किंवा संपूनच जाते. ऑपरेशनच्या वेळी पोटात चिमटा विसरून पोट शिवणारे डॉक्टर, डाव्या पायाच्या दुखण्यावर उपाय म्हणून उजव्या पायाचे ऑपरेशन करणारे डॉक्टर, साध्या साध्या कारणासाठी पैशाच्या लालसेने चेटूक बनलेले आणि अकारण शरीराची कापाकाप करणारे डॉक्टर, कट-प्रॅक्टीसमध्ये कमिशनच्या रूपाने भाड खाणारे डॉक्टर, बंद खोलीत स्त्री-पेशंटचा विनयभंग करणारे डॉक्टर, मध्यरात्री जिवाचा आकांत करून साद घालणाऱ्या पेशंटवर व त्याच्या स्नेह्यांवर तोंडसुख घेणारे डॉक्टर, ही डॉक्टरमंडळी सैतानाचा वारसा चालवणारी आहेत का? त्यांना माणसाच्या जिवापेक्षा पैसा अधिक प्रिय आहे. माणसाचे माणूस म्हणून मूल्य जे जपतात, त्यांची वैद्यकीय सेवा पवित्र आहे. माणसाच्या वेदनेचे भांडवल करून जे पैसा हेच अंतिम मूल्य मानतात, ते सुद्धा डॉक्टरच असले तरी त्यांची

प्रवृत्ती धंदेवाईक म्हटली पाहिजे. मग वेश्येच्या आणि अशा सैतानी डॉक्टरच्या धंद्यांत, मूल्यात्मक फरक का आणि कसा करावा?

माझ्या भोगवट्यात भेटलेली डॉक्टरमंडळी, देव नसली तरी त्यांच्या जिव्हाळ्याने, कौशल्याने, ज्ञानाने माझ्या वेदनेला हळुवार फुंकर मिळाली. माझ्या लेखी तेच देव आहेत! या देवांची संख्या कशी वाढेल?

--*

.८.

बॅकलॉग युवा आंदोलन

मनात रेंगाळत राहणाऱ्या काही व्यथा वरवर क्षुल्लक वाटत असल्या तरी त्यांची बोचणी मात्र सतत जाणवत राहते. डॉ. हेमंत देशमुख या विचारवंत पुढाऱ्याचा राहून गेलेला सत्कार, हा याच मानसिक व्यथेचा एक पदर! डॉ. देशमुख हे काँग्रेसचे पुढारी असूनही अभ्यासू, विचारवंत वगैरे बरेच काही आहेत.

सत्ता आणि सत्य यांच्यातील सनातन संघर्षात मी सत्याच्या प्रवाहात जाणीवपूर्वक रुजलो. डॉ. देशमुखांनी मात्र सत्ता आणि सत्य यांच्यात सुसंवाद स्थापण्याचा स्वत:च्यापुरता प्रयत्न चालवला. सत्याच्या प्रवाहातील प्रत्येक प्रामाणिक माणसाला, डॉ. देशमुखांचा विधायक बुद्धिवाद, त्यांची परखड पत्रकारिता आणि समाजाभिमुख कृती, यांचे आकर्षण सातत्याने वाटत आले आहे. पुढाऱ्यांचे एकूण जे गौण दोष असतात, त्यांचा प्रादुर्भाव त्यांच्या ठिकाणी नाही असे नाही! पण तरीही या माणसाबद्दल आत्मीयता वाटावी असे हे व्यक्तिमत्त्व आहे. डॉ. देशमुख हे सर्वांचे 'नानासाहेब'! नानांचा एक आंतरिक धागा थेट माझ्याशी भिडला आहे. माझा मुलगा वारला आणि नानांना मूलबाळ नाही. वेदनेचा हा दुवा आत्मीयतेचा विषय!

धुळ्याच्या राजकीय-सामाजिक इतिहासात कायम कोरलेली एक महत्त्वाची घटना म्हणजे, दलित सुशिक्षित तरुणांनी १९८८ साली, सवर्ण आणि दलित अशा दोन्ही प्रवाहांतील भ्रष्ट आणि लबाड पुढाऱ्यांविरुद्ध पुकारलेले 'बॅकलॉग युवा आंदोलन!' डॉ. आंबेडकरांचे नाव घेऊन स्वत:च्याच मागास जातीतील पदवीधर तरुणांकडून पैसे घेऊन, सवर्ण नेत्यांशी साटेलोटे करणारे पुढारी, दलितांच्या नव्या पिढीला जाचत होते. ही सार्वत्रिक वस्तुस्थिती! काशीनाथ साबरे, अॅड. नाना अहिरे, रवींद्र मोरे, आबा खंडारे, शिरसाठ, प्रदीप सूर्यवंशी, वानखेडकर बंधू, प्रा. शरद पाटील इत्यादी दलित व सवर्ण तरुणांनी बंड पुकारले.

२७ जुलै रोजी भव्य परिषद झाली आणि सवर्ण संस्थाचालक, सहकारी विश्वातील मान्यवर यांच्या साक्षीने, उसळत्या रक्ताच्या सत्यनिष्ठ तरुणाईने आपला असंतोष व्यक्त केला. परिषदेचा अध्यक्ष या नात्याने मला हितसंबंध दुखावलेल्यांनी सभा घेऊन शिव्या घातल्या. परिषदेचे उदघाटन डॉ. भाईदास पाटलांनी केले होते. या प्रसंगी डॉ. हेमंत देशमुख यांनी जिल्हा मध्यवर्ती बँकेचा संपूर्ण बॅकलॉग भरण्याचे आश्वासन दिले होते. गंमत म्हणजे त्यांनी हे आश्वासन पूर्ण केले. १४५ जागांऐवजी ३०० दलित बेकारांना न्याय दिला. आश्वासनांची पूर्तता करणारा पुढारी आज दुर्मीळच! म्हणूनच मला या माणसाबद्दल डोळस आत्मीयता निर्माण झाली. डॉ. देशमुखांच्या या पराक्रमाबद्दल खाजगीमध्ये काहींनी त्यांना हिणवलेही.

भ्रष्ट पुढाऱ्यांच्या मध्यस्थीशिवायही ३०० दलित तरुण नोकरीस लागले. भ्रष्ट वृत्ती आणि दलाली या प्रवृत्ती सर्वच पातळीवर नंगा नाच करीत असताना, असा वेगळा चमत्कार, दलित आणि सवर्ण तरुणाईने एकत्र येऊन घडविला.

या आंदोलनाचे फलित व्यवहारात सिद्ध करण्यासाठी ज्यांनी मनाची संवेदना जागवली आणि बुद्धिवादाला अनुसरून बुद्धवादालाही आपल्या चेअरमनच्या खुर्चीतून न्याय दिला, त्या डॉ. हेमंत देशमुखांचे ऋण मी व्यक्तिशः मनात जागवत आहे. त्यांचा यथोचित सत्कार करावा, ही माझी इच्छा एवढ्या वर्षातही पूर्ण झाली नाही. कारणे कोणतीही असोत, पण या संदर्भात मी पराभूत झालो, हे सत्य मला डाचतेय!

ज्याचे श्रेय त्याच्या पदरी टाकणे हे सुसंस्कृत मनाचे लक्षण असते. माणसाला स्वतःच्या आणि परिस्थितीच्या मर्यादा असणारच! पण त्यातही प्रामाणिकपणे सामाजिक स्पंदनांना न्याय देण्याची भूमिका पार न पाडणे, हे महत्त्वाचेच आहे. डॉ. देशमुख यांच्या विचारप्रणालीसह त्यांच्या अनेक कृतींशी माझे मतभेद आहेत हे माहीत असूनही, त्यांच्या गळ्यात आपल्या घामाच्या पाच रुपयाचा एक हार घातला पाहिजे, हा ध्यास कायमच आहे.

--*

.९.

जमीनदार पुत्राच्या भुकेची आग

मी तेव्हा मॅट्रिकला लातूरमध्ये शिकत होतो. भर दुपारच्या उन्हात भिकाऱ्याची एक मोठी पोर तिच्या लहान भावांच्या उघड्या पाठीवर मारत होती. गांधी पुतळ्याजवळचा हा प्रसंग पाहताना माझे मन अधिक हळवे झाले होते. दारिद्र्याचे ऊन अधिक की निसर्गाचे ऊन? मला एवढी स्पष्ट चिंतनात्मक जाणीव तेव्हा नसावीच! पण लहानग्या मुलास मारणारी ती मुलगी, मुलाचे रडणे मला तेव्हा कमालीचे अस्वस्थ करून गेले होते.

लातूरच्या सिग्नल कॅम्पमधील नऊ पत्र्याच्या भाड्याच्या रूमकडे मी निघालो आणि वाटेत एक वयस्क भिकारीण भिकेचा कटोरा पुढे सरकावत स्वत:ही खुरडत जाताना पाहिली. त्या वृद्धेचा चेहरा माझ्या आजीशी मिळताजुळता होता. मला एकदम गहिवरून आले. रडत रडतच मी घरी खोलीवर आलो. घरातील भाकरी घेतली, खिशातील चिल्लर पैसे न मोजता सर्व घेतले आणि परत रस्त्यावर येऊन, त्या वृद्ध भिकारणीस मी ते सर्व दिले. या दोन्ही घटनांचा परिणाम माझ्या मनावर फार खोलवर झालाय.

दारिद्र्याच्या दु:खाची कळ मला तेव्हापासूनच भिडत असल्याची जाणीव झाली. गावाकडे जमीनदारीचा थाट. १०० एकर जमिनीच्या मालकाचा मुलगा. मी शहरात अत्यंत प्रतिकूलतेत शिक्षण घेत होतो. आई साठ रुपये पगारावर कुठल्याशा शाळेत शिक्षिकेचे काम करायची. रस्त्यावरच्या शेणाच्या वाळल्या पावट्या जमा करून चूल पेटवायची, वडिलांच्या आणि माझ्या संघर्षाचा हा परिणाम! अत्यंत कष्टाने शिक्षण पूर्ण करताना माझ्या मामांनी-बेलकुडकर देशमुखांनी धान्याची सतत मदत केली, आधार दिला. काही दिवस मी एकटाच तीन पत्र्याच्या खोलीत राहून स्वत:च स्वयंपाक करायचो. चूल पेटत नसताना संतापाने एकदा पाणी टाकल्याचे आठवते. दुष्काळाच्या, गारपिटीच्या स्फोटाने आमची

जमीनदारीही गोत्यात यायची. वडिलांचा उधळा स्वभाव, 'शिल्लक' हा प्रकारच आयुष्यात त्यांना जमला नाही. पेटी-कुलूप, बँक हा प्रकारच त्यांच्या खात्यावर कधी जमा नाही. पण कीर्ती मात्र प्रचंड. अशा बापाचा अभिमानही व प्रेमही वाटायचे!

निसर्गाच्या तडाख्यात संपूर्ण परिसरच सापडला तेव्हा १९७२ च्या आसपास मी लातूरच्या रेशनिंगचा २५ किलो गहू सायकलीवर टाकून ३०-४० किलोमीटर अंतरावरील माझ्या खेड्यातील वडिलांना आणून दिला. जमीनदार कुटुंबाची ही अवस्था तर इतर सामान्य शेतकरी-मजुरांचे हाल काय असतील?

या सर्व विरोधी परिस्थितीचा संस्कार रुजत गेल्याने भुकेचे, द्रारिद्र्याचे ताणतणाव आकळत गेले. मुळातच स्वाभाविकपणे अस्तित्वात असणारी संवेदना अधिक उत्कट बनली. नैसर्गिक प्रतिकूलता आणि कौटुंबिक तणाव यांच्यामुळे माझे महाविद्यालयीन शिक्षण विरोधी वातावरणात पूर्ण झाले. गोडेतेलाच्या पाच-सहा थेंबांच्या फोडणीत पातळ पिठले, त्यातही डाळीसोबत ज्वारीचे पीठ मिसळून खाण्याचा अनुभव आजही मनाला सुन्न करून जातो.

भुकेच्या प्रश्नाचे गांभीर्य तेव्हापासूनच अनुभवाने पटले. या पार्श्वभूमीवरच मार्क्सवादाचे तत्त्वज्ञान पचणे शक्य झाले. श्रीमंत घराण्याचा वारसा लाभूनही प्रत्यक्षात मात्र आर्थिक संकटांना सतत तोंड द्यावे लागल्याने, गरिबांबद्दलची सार्थ सहानुभूती सतत मनात रुजून गेली.

एकदा श्रमिक संघटनेच्या कार्यकर्त्यांनी कुमार शिराळकराच्या नेतृत्वाखाली तळोद्याच्या बांधकाम खात्याच्या कार्यालयास वेढा घालून, आदिवासींच्यासाठी न्याय्य लढा सुरू केला होता. तेव्हा मी आणि मीरा तेथे गेलो. तर सर्व आदिवासी व कार्यकर्ते कंदमुळे खाऊन लढताना पाहिले. पोटात भयानक भूक लागलेली. मीही कंद-वनस्पती खाल्ली. पण भूक भागेना. कंदमुळे खाणे जमले नाही, तेव्हा सरळ बाजूला जाऊन हॉटेलमध्ये खाऊन प्रश्न सोडवला. आदिवासींच्या लढ्याशी-जाणिवेशी मी बांधील असतानाही ही प्रतारणा माझ्याकडून घडली होती.

भुकेचे मूल्य आणि भयानकता माझ्या अनुभवविश्वात पायाभूत आहे. श्रमिक संघटनेच्या शहाद्याच्या कार्यालयात लाकडी कपाटाच्या वरच्या खणात सुटे रुपये डब्यात असायचे. मी चळवळीत निरीक्षक व कार्यकर्ता म्हणून काही दिवस सामील होतो. आमच्या घरातील सकाळीच जेवायची सवय मला अडचणीत आणत होती. चळवळीत सकाळी जेवण कुठून मिळणार? तेव्हा एक-दोन रुपये कपाटातून घेऊन शहाद्याच्या बाजारात नाश्ता करण्याचा प्रकार माझ्याकडून

नाइलाजाने घडला. क्रांतिवादी चळवळीचे महत्त्व बुद्धीला व मनाला पटूनसुद्धा भुकेच्याबाबत मी मात करून त्याग करण्यात कमी पडल्याची खंत आहे.

एकदा 'पुरुषोत्तम सेना' फेम पी. के. पाटील यांच्या किसान मेळाव्याच्या सभेत जाऊन त्यांचे भाषण चोरून टेप करण्याची जबाबदारी कुमार व सर्व कार्यकर्त्यांनी माझ्यावर सोपवली. मी पांढरा शुभ्र शेतकरी वेश परिधान करून ठरलेल्या वेळेप्रमाणे विरोधकांच्या सभेत जाऊन बसलो. जवळच्या पिशवीत टेपरेकॉर्डर ठेवला होता. त्याची मला तांत्रिक माहिती नव्हती. पी. के. पाटील यांचे भाषण मी वीस फूट अंतरावरून टेप केले. पण माझ्या कोपराच्या दबावाने टेपचे बटन दाबले गेले आणि अचानक यातून भाषण सुरू झाले. जवळच्या लोकांत गडबड सुरू झाली. काहीतरी विपरीत घडणार म्हणून मी पळत सुटलो. माझे वेषांतर व माझे कारस्थान उघड झाले. मला मारण्यासाठी संघटनेच्या कार्यालयापर्यंत पाठलाग झाला. मी बचावलो, पण जमीनदाराच्या मुलाची क्रांतिवादी चळवळीच्या कार्यकर्त्यांनी घेतलेली परीक्षा, मी जीव धोक्यात घालून पास केली. तो काळ आदिवासी व गुजरांच्या संघर्षाच्या कळसाचा होता. क्रांतीची गरज, स्वरूप, आणि तिचे काठिण्य मला या निमित्ताने अधिक जाणवले. मी क्रांतीच्या जाणिवेशी कायम इमान राखून आहे. माझ्या वर्तनात काही वेळा कमी पडलो, तरी समग्र क्रांतीचा ध्यास मी सोडू शकत नाही.

--*

.१०.

'सुवर्ण'मयी नाट्यानुभव

मध्यमवर्गीय कल्पनांचा अचंबा वाटतो. सोने ही या वर्गातील विशेष आवडीची वस्तू. श्रीमंतांच्या घरात सोन्याचा खजिनाच असणार; त्यामुळे त्यांना सोन्याची जी किंमत वाटते त्यापेक्षा लाखपटीने मध्यमवर्गीयांना सोने अप्रूप. कनिष्ठ वर्गाला मंगळसूत्राच्या मण्यातच समाधान मानणे भाग असते. माझ्या 'सत्यकथा-८२' या एकांकिकेला पुणे विद्यापीठाच्या युवक महोत्सवात जेव्हा तीन सुवर्णपदके मिळाली तेव्हा मला आनंद होणे स्वाभाविकच! पण मला आश्चर्य वाटले, 'तू शुक्राची चांदणी' हे माझे वगनाट्य, 'तमाशा' म्हणून ज्या संस्कृतीच्या ठेकेदारांनी हिणविले आणि कोडफुटक्या सभ्यतेचा बळी म्हणून माझी भाकरीही काढली, त्याच मध्यमवर्गीय लोकांनी माझ्याच 'सत्यकथा-८२' या नाट्याला गौरवात बुडविले. त्याचे मुख्य कारण ६७ महाविद्यालयांच्या एकांकिका स्पर्धेत 'सत्यकथे' ला तीन सुवर्णपदकांचा मान मिळाला होता.

सोन्याचा हा महिना! वगनाट्याचा लेखकही मीच आणि एकांकिकेचा लेखकही मीच! फक्त 'गोल्ड मेडल' एकांकिकेला मिळालं होतं. ज्यांच्या आयुष्यात पडद्याआड सतत तमाशे चालतात तीच मंडळी लोककलेला 'तमाशा' म्हणून हीन मानायला लागली तर काय म्हणावे? वास्तविक अश्लीलता ही प्रत्येक माणसाचा स्थायीभाव असणार. तमाशा हा सांस्कृतिक प्रवाहातील 'आऊटलेट' आहे. ती समाजाची गरजही आहे.

विनोदी फार्सवाल्यांनी दुहेरी अर्थांच्या शब्दांनी संपूर्ण नाटकाचाच 'तमाशा' केलेला असला तरी, सभ्यतेच्या बुरख्यात ती अभिजात वगैरे विनोदी नाटकं म्हणून गाजवली जातात. सर्व उच्चवर्णीय व उच्चवर्गीय मंडळी बड्या रकमेची तिकिटे काढून ही चावट नाटके पाहून अश्लीलतेची आवड भागवतात. पण तमाशा मात्र बदनाम. कला ही कलाच असते. ती नाटक असो की तमाशा!

माझा प्रवास मात्र वगनाट्यातून एकांकिका आणि एकांकिकेकडून श्रुतिका, नंतर वैचारिक या क्रमाने लेखनाचे फॉर्म हाताळण्यात झाला. 'शुक्राच्या चांदणीने' आयुष्यात वादळ उभे केले. विद्यार्थी, कलावंत व स्नेह्यांनी समर्थ साथ दिली.

एका प्राध्यापकाने वगनाट्य लिहून सादर करावे ही कल्पनाच 'मध्यमवर्गीय' प्रवृत्तीच्या महाभागांना तेव्हा रुचली नव्हती. त्याच 'शुक्राच्या चांदणीला' नरहर कुरुंदकरांसारख्या मान्यवर समीक्षकाने तेव्हा प्रस्तावना देऊन गौरव केला आणि मुंबई विद्यापीठाच्या कलाकरांच्या ग्रुपने प्रयोग सर्वत्र सादर केले. मुख्य म्हणजे शाहीर साबळे व दादासाहेब रूपवते यांच्या उपस्थितीत मुंबईच्या रवींद्र नाट्य मंदिरात 'अमर कलापथका' ने हेच वगनाट्य सादर करून माझा गौरव केला. सुहास भालेकरांचे दिग्दर्शन आणि सुबल सरकार यांची नृत्ये यामुळे 'चांदणी' मुंबईला चमकली; पण धुळेकरांचे डोळे उघडले सत्यकथेच्या गोल्ड मेडलनेच!

'माझे' क्रांती' हे नाट्यही राज्यस्तरीय स्पर्धेत पहिल्या क्रमांकाने गाजले. सतीश पुळेकर आणि सतीश नाईक यांच्या परीक्षणातून प्रमिला दातार यांच्या हस्ते मिळालेली ढाल मी अजूनही बैठकीत अभिमानाने ठेवली आहे. 'सत्यकथे' च्या यशानंतर विद्यार्थ्यांचा दुसरा गट माझ्यावर रुसला. त्यांच्यासाठी मी अत्यंत विनोदी अशी 'कॉलेज कॉर्नर' ही एकांकिका लिहून दिली. ती धमाल पुन्हा वेगळीच.

कैलास पडेगावकर, ओमप्रकाश गुप्ता, शिवदास जोंधळे, राजीव कुलकर्णी हे 'चांदणी' तील प्रमुख कलाकार; तर पडद्याआडचे दिलीप भावसार, अरविंद पाठक, बिरजू शर्मा हे चौरंगी पैलूचे बहुरंगी कलाकार होते. 'पाटलाची मैना कर्जाची दैना' या जळगाव आकाशवाणी केंद्राच्या आयुष्यातील पहिल्या वगनाट्यात माझ्यासाबोत अशोक जैन, रत्नाकर वाघ आणि तुकाराम कोहे यांची ढोलकी व शिवदास जोंधळेचा गण! 'चांदणी'त मधुकर अहिरे हा अस्सल कलावंत ढोलकी वाजवायचा. आता तो तमाशातच आयुष्य घालवतो आहे. बऱ्याच वर्षांनंतर कलावंताच्या मानधनासाठी आवश्यक असणारे प्रमाणपत्र मागायला आला. सरबत पिताना त्याच्या डोळ्यांत आलेले पाणी जुन्या आठवणींना उजाळा देऊन गेले.

सत्यकथेच्या वेळी विलास चव्हाण, मनीषा घाटे आणि त्यांचा ग्रुप यशाचा मानकरी ठरला. विलास चव्हाणाचे परिश्रम सुवर्णपदकाने सन्मानित झाले. आता हा कलावंत प्राध्यापक आहे. भेटल्यानंतर नम्रपणे विनयाने प्रतिसाद देतो. वाळवंट भोगलेल्या माझ्या आयुष्यातील हे पाण्याचे झरे, जगण्याची प्रेरणा देतात. अरुण पाटील हे आज पुढारी झालेत. त्यांनी माझ्याशी भांडण करून

'कॉलेज कॉर्नर' ही विनोदी एकांकिका घेतली होती. शिष्याचे त्या वेळचे भांडण मला त्या वेळीही भावले होते. गुरूवर प्रचंड प्रेम करून त्याच्याशी भांडणारी-रुसणारी ही शिष्यपरंपरा माझ्या आयुष्याची खास कमाई आहे.

आता 'मुलुखमैदान' या दैनिकाच्या अग्रलेखाची जादू सर्वदूर पसरली आहे. या वृत्तपत्राचा मालक-संपादक अशोक जैन हा शब्दांचा जादूगार आहे. आजचा हा संपादक काही वर्षांपूर्वी 'पाटलाची मैना' या माझ्या वगनाट्याचा कलावंत होता हे कुणाला कसे पटावे?

माझ्या कलानिष्ठेने माझ्यातला लेखक जागवला. माझ्या विद्यार्थीवर्गाला याच कलेने माझ्याजवळ आणले. गरीब-दु:खितांच्या वेदनेचा स्पर्श याच प्रवासात माझ्या हळव्या मनाला झोंबला. हार्मोनियम वाजवण्याची कला आणि पहाडी आवाजात गाणी म्हणावयाचा अनुभव, माझ्या पूर्वायुष्यातील अधिष्ठान ठरले. त्यावरच एक काळ मी आनंद मानला. आयुष्यातील भोगांनी वेदनेचे गहिरे रूप भोगायला लावले, तेव्हा कलेचा सांधा सुटून दु:खमुक्त मानवतेचा ध्यास, माझ्या वैचारिक लेखनाचा ध्येयवाद ठरला. त्याच अटीत लेखन, भाषण, कला व जीवन, असे सूत्र अंगवळणी झाले. कलेच्या प्रारंभातून विचारांच्या वादळवाऱ्यात, संशोधनाच्या व्यापक प्रवाहात मी आज समाधानाने उभा आहे.

--*

.११.

भूकंप : निसर्गाचा आणि संस्कृतीचा!

चंपाबाई! माझी मृत पत्नी मीराची आत्या! बालविधवा. ३० सप्टेंबर ९३ च्या भूकंपात झोपलेल्या खोलीत कायमची झोपली. दगड-मातीत. तिला झोपेतच मृत्यूची समाधी मिळाली. निसर्गाने दिलेली ही सक्तीची मुक्ती! चंपाबाई तशी एकटीच. तिचा एक हात मनगटापासून वाकडा होता. बोलणेही काहीसे तोतरे असायचे. विटकं पातळ. केव्हातरी कोपऱ्यात खायची आणि कुठेतरी आडोशात पडायची. आयुष्यभर दुःख भोगलेली ही स्त्री, कुणाच्याही नजरेत कुण्याही कारणासाठी न भरणारे व्यक्तिमत्त्व घेऊन आली होती. माझ्या बहिणीची ही नणंद! ती एकटीच भूकंपात मेली आणि सुटली. संपूर्ण घराचे संकट एका चंपाबाईने पेलून नेले. बहिणीच्या कुटुंबातील ५-६ वर्षांतला हा पाचवा मृत्यू! स्वतःची मुलगी आणि मुलीचा एकुलता एक मुलगा व मुलाचा मुलगा, मृत्यूच्या दाढेत गेल्यावर माझी आक्का रडरड रडली आणि वेडी झाली. काही दिसांनी सावरली. रात्री बेरात्री उठून वडिलांच्या गळ्यात पडायची. अंगात दुःखाची आग, म्हणून डोक्यावर गार पाणी ओतून घ्यायची. तिला नंतर अनेक रोगांनी ग्रासले. ऑपरेशन झाले, बिघडले; पुन्हा केले. पाठीत, टी. बी. झाला. मनात वाटले आक्का आता जगत नाही. मृत्यूची मालिका आक्काला भिडेल, असे वाटून गेले. त्यातून ती जगली. एका लहानग्या नातवाचा आशेचा किरण! त्याला जिवापाड जपणे सुरू. सर्व दुःखयात्रेत हा तिचा नातू तिला जगण्याचा धागा म्हणून मिळाला. शेतीत मोठी विहीर आणि द्राक्षे आली. तर घरात गोबर गॅस, नळ. वगैरे, एवढ्यात भूकंप! संपूर्ण घरच कोसळले. अंथरुणावरून आक्का उठली, पळत अंगणात आली तर लगेच तिच्या अंथरुणावर धडधड भिंत कोसळली. लहान-थोर सर्व वाचले. त्यांचा मृत्यू चंपाबाईच्या जिवावर गेला. चंपाबाईच्या मृत्यूचे दुःख या कुटुंबाला किंवा गावाला विशेष झालेच नाही. शेजारच्या

किल्लारी गावी हजारो मुडदे गाडले गेले होते.

मेलेल्या माणसांना ढिगाऱ्यातून उकरून काढून आक्रोश-आकांत करणारे जीव रडून रडून थकले होते. डोळ्यांतले पाणीच संपले. भकास मने. एका शिक्षकाची बायको, मुले मेली. तो वेडा झाला. एका घरची फक्त एक बाईच उरली. तिला माहीत असलेल्या सर्व पुढाऱ्यांच्या नावाचा उद्धार करून ती बोंब मारत होती. एक जोडपे सर्व मुलांना गमावून जगले. त्यांनी दहा वर्षांपूर्वीच संततीनियमन केले होते. ८० वर्षांची एक म्हातारी सर्वस्व गमावून जगली. या सर्वांच्या जगण्याला आता कोणता अर्थ यावा?

मृत्यूच्या तांडवाने बेचिराख झालेल्या माणुसकीला सांधण्याचा प्रयत्न करणारे शेकडो हात पुढे आले. तसे मुडद्यांच्या बोटातील अंगठीसाठी बोट छाटणारे आणि मृत स्त्रीच्या गळ्यातील मंगळसूत्र चोरणारे हातही याच प्रसंगी पुढे आले होते. निसर्गाची अमानुषता आणि माणसातले पशुत्व यांचा सुसंवाद किती चमत्कारिक! माणूस निसर्गाचीच उत्पत्ती! निसर्गाचा हा दुर्गुण त्यांच्यात स्वाभाविकच आला. पण त्यावरही मात करणारा माणूसच आहे. लाखो हात मदतीसाठी जगातून उभारले जातात हे त्याचेच उदाहरण नाही का? आमची काही पुढारी मंडळी मात्र या स्फोटक वेदनेचे राजकीय भांडवल करून, कंडू शमविण्याचा पराक्रम करीत होती. काही मने वेदनेच्या सहकंपनाने न्हाऊन उत्स्फूर्तपणे सेवेसाठी तत्पर झाली. तर काही मने मिळालेल्या मदतीवर मेलेल्या जिवांच्या नावे तुटून पडली. कपडे घातलेली ही जनावरे, माणसाच्या आदिम संस्कृतीचे दर्शन, विकासाची हजारो वर्षे संशयास्पद ठरवून घडवतात. धरणीचा भूकंप आला आणि गेला. माणसाच्या मनात कुरूपतेचा ज्वालामुखी क्षुद्र स्वार्थाच्या रूपाने कायम खदखदत आहे. या भूकंपाचे काय? धरणीच्या भूकंपाला दगडांच्या घराऐवजी सुरक्षित घरे हा उपाय आहे. पण मनालाच महारोग झालेल्या माणसांचे अस्तित्व, शिक्षण, ज्ञान व सर्व मूल्यात्मक व्यवस्था पराभूत करून सतत नाचू लागते तेव्हा या सततच्या भूकंपाला कोणता उपाय आहे?

नियतीच्या फटक्याने व्याकूळलेला माणूस. माणसाच्या स्वार्थांधतेने बळी पडलेला माणूस. श्रीमंतांनी गिळंकृत केलेला गरीब माणूस. श्रेष्ठवर्णीय अहंतेने पिळलेला कनिष्ठ माणूस, लैंगिक वर्चस्ववादाने पिडलेला माणूस - माणसांची ही वेदना कधी संपणारच नाही का? बुद्ध, फुले, गांधी, मार्क्स, सॉक्रेटीस, विवेकानंद, आंबेडकर ते मदर तेरेसा पर्यंतची महामानवी परंपरा याच मानवी दुःखाच्या चिंतनात गढून गेली. विश्वातली संपूर्ण शास्त्रीय सत्यवादी ज्ञानपरंपरा आणि

सौंदर्यवादी कलापरंपरा माणसाच्या वेदनेला संपवून टाकण्यासाठीच जन्मली-वाढली. पण या वेदनेला फक्त फुंकरच मिळाली. वेदनेचे आव्हान कायमच आहे.

मृत्यू असा आज तरी अजिंक्य आहे. उद्याचे माहीत नाही. पण मृत्यूचे थैमान अनुभवल्यावर स्वत:चे वैयक्तिक दु:ख कमी झाल्याचे जाणवते. मृत्यूची भव्यता सार्वजनिक स्तरावर पाहताना मला का बरे वाटले? या अनुभवात विसंवाद जाणवला. वाटले, मी एकटाच दु:खी नाही. संपूर्ण कुटुंब जेथे मेले तेथे रडायचे कुणी? पण जे उरतात त्यांना मरता येत नाही आणि जगताही येत नाही. मृत्यू हे असे ठाम आव्हान आहे. मीरा आणि चंपाबाई कोणत्या जगात आहेत?

--*

.१२.

समाजक्रांतीचा जन्मजात वारसा

न्या. चंद्रशेखर धर्माधिकारी आणि श्री. मधुकरराव चौधरी यांना निमंत्रण पाठवून, क्रांतिभूमी हाडोळी, ता. निलंगा येथील ऐतिहासिक बुरुजावर क्रांतिवीर मोहनराव पाटील सबनीस आणि त्यांच्या टोळीतील बहाद्दर स्वातंत्र्यसैनिकांच्या नावाची कोनशिला, मी बसविण्याचे योजिले. रझाकारांच्या अन्यायाविरुद्ध सशस्त्र लढा देऊन वडिलांनी १९४८ साली मराठवाड्यात इतिहास घडवला. आजही वडिलांचा उल्लेख क्रांतिवीर म्हणूनच केला जातो. तो ऐकताना मला अभिमान वाटणे स्वाभाविकच! वसंत पोतदार यांच्या 'हैद्राबाद स्वातंत्र्यसंग्राम' या गाजलेल्या पुस्तकात 'बंडखोर मोहनराव पाटील' हा लेख असून माझ्या गढीच्या वाड्यातल्या भव्य बुरुजाचा फोटोही आहे. परवाच्या भूकंपाने या बुरुजात तडा गेला. अण्णांच्या आयुष्यातील सर्वात मोठा भूकंप हाच! भूकंपाने विणलेल्या आयुष्यातील उच्चांक! अण्णा (वडील) म्हणाले, हा तडा भूकंपामुळे गेला नसून, पूर्वीपासूनच आहे. अण्णा हादरले. पण त्यांच्या मनाला बुरुजाचा तडा मान्य करणे कठीण झाले होते, एवढेच सत्य! वाघासारखे आयुष्य जगणारी अशी दुर्मीळ माणसं, स्वातंत्र्योत्तर काळातील लबाड राजकारण्यांनी उपेक्षित ठेवली. जनतेने स्वातंत्र्यसैनिकांचा जयजयकार पूर्वी केला. पण नवे राजकारणी पुढे येताच स्वातंत्र्याचे मूल्यही संशयास्पद ठरवले. पुढारीच स्वार्थी झाले असे नव्हे तर जनताही स्वार्थी झाली. स्वातंत्र्यसैनिकांच्या मानधनाच्या यादीत १९४७ साली ज्यांचा जन्मही नव्हता किंवा ज्यांनी कुठलाच पराक्रम केला नाही, त्यांनाही सैनिक म्हणून मिरवण्याची सोय झाली.

लाचलुचपतीचे शेण खाऊन खोटी प्रमाणपत्रे रंगवली गेली. स्वातंत्र्यसैनिक ही संकल्पना यामुळे नव्या पिढीला हास्यास्पद वाटली. माझ्या वडिलांच्या हत्यारबंद टोळीतील मेहबूब मुल्ला, त्यांच्याच धर्माच्या जुलमी रझाकारांशी

लढला. पण तो तुरुंगात गेला नाही म्हणून अद्याप त्याला मानधन नाही. गोपाळ कोळी हा मर्द गडी, क्रांतीवर प्रेम करताना जिवाची बाजी लावून लढला आणि दारिद्र्याचे चटके खाऊन शेवटी मेला. स्वातंत्र्योत्तर सरकार आणि जनतेने अशा असंख्य भूमिगत स्वातंत्र्यसैनिकांची अस्सल कामगिरी आणि वेदना सहृदयतेने झेलली नाही.

ऐतिहासिक बुरुजावर नामफलक लावून, स्वातंत्र्यसैनिकांचे स्मारक बनवावे या विचाराने, मी पुढाकार घेऊन मा. मधुकरराव चौधरी आणि न्या. धर्माधिकारी यांच्याशी संपर्क साधला. तेवढ्यात माझी आजी आम्मा वारली. तिच्या हस्ते आमच्या बुरुजाची चांदीची प्रतिकृती, पाहुण्यांना भेट देण्याचे स्वप्न भंग झाले. आजी मला आईपेक्षाही श्रेष्ठ वाटे. कारण 'आम्माच्या' मनाची विशालता आणि व्यापकता मला अद्याप कुठे गवसली नाही. माझ्या आणि वडिलांच्या घनघोर संघर्षानंतर सुद्धा, वडिलांची आई माझीही आईच राहिली, वेदनेचे असंख्य प्रलय तिने पचविले होते.

आम्माचा मृत्यू अण्णांनी कसा पचवला असेल? भूकंपाचा धक्का अण्णांचे भावविश्व उद्ध्वस्त करून गेला. ज्या बुरुजावर असंख्य निरपराध लोकांना संरक्षण देण्यासाठी शस्त्रे डागली, ज्या बुरुजाची धास्ती निझाम सरकार आणि रझाकार यांना वाटली, त्या इतिहास घडविणाऱ्या बुरुजाला तडा गेल्याचे पाहून, अण्णांना काय वाटले असावे? अण्णांचे संपूर्ण आयुष्यच आम्मा आणि बुरुज या दोन केंद्रांवर उभे आहे. आम्मा १९९१ ला सोडून गेली आणि ९३ ला भूकंपामुळे बुरुज भंगला. १४ फुटांची रुंदी असणाऱ्या भिंतीचा भव्य आणि लांब-रुंद वाडा, भूकंपाने गारद केला. बुरुज मात्र तडा गेला तरी अद्याप उभा आहे.

बुरुजाला धक्का लागू नये म्हणून, अण्णांच्या जिवाचा आटापिटा चालू आहे. पांढऱ्या चिकणमातीचा भक्कम आधार बुरुजाला आहे. ती मातीच खोदून विकण्याचा व पोट भरण्याचा क्षुद्र स्वार्थ जपणारी मंडळी, याच गावात आहेत. पोलीसही दुर्लक्ष करीत आहेत. बुरुजाचे काय होणार? इतिहासाचे काय होणार?

राजा शिवाजींच्या भव्य किल्ल्यांचीही वाताहत झाली आणि शिवाजीच्या जयजयकारात त्यांची राजनीतीही मारली गेली. वास्तू पडणारच. किल्ले कोसळणारच. जिवंत राहील फक्त इतिहास! तोच नव्या पिढ्यांना मार्गदर्शन करील काय?

पण इतिहास लिहिणारी मंडळीही वस्तुनिष्ठपणे लिहितात काय? इतिहास लेखनाच्या विकृतीमुळे भारतीयच नव्हे तर जगाच्या इतिहासाला सुद्धा तडे गेले आहेत. तरीही नवा इतिहास प्रत्येक क्षणाला घडत असतो. त्याची पाळेमुळे

जुन्या इतिहासातच असतात. इतिहास लिहिणारी माणसं इतिहास घडवत नसतात आणि इतिहास घडविणारी माणसं इतिहास लिहीत नसतात हेच खरे!

अण्णांच्या सशस्त्र टोळीत कोळी, बेरड, मराठा, मुस्लीम, ब्राह्मण, सोनार, महार, इ. अनेक जातींची माणसं कर्तृत्व गाजवून गेली. समाजक्रांतीला जातिव्यवस्था अमान्य आहे, हा समतावादी क्रांतिकारक वारसा माझ्या जन्मापासून मला मिळाला. त्यातून मी उभा राहिलो. आम्मा व अण्णांची ही पुण्याई माझ्या जन्मापासून माझ्या नव्या क्रांतिवादी तत्त्वज्ञानाची मूस आहे. या क्रांतिप्रवाहाला कोणताही भूकंप तडा देऊ शकणार नाही.

--*

. १ ३ .

काळजात रुजलेला 'सेक्युलर' मेहबूब

मेहबूब हा माझ्या बालपणीचा एक आत्मीय साक्षीदार आणि साथीदार. त्याच्या एकूणच कर्तृत्वावरून (?) त्याला माझ्या गावच्या-हाडोळीच्या परिसरात लोक 'वेडा म्हैब्या' म्हणत. लोकांच्या या पावतीबद्दल मेहबूबला कधीही वाईट वाटले नाही. अर्धी चड्डी, फाटका अंगरखा, खांद्यावर लांब फाटकी पिशवी, त्यात काही-बाही बोचके भरलेले. दाढीचे खुंट सतत वाढलेले. पायात चपलेचा पत्ता नाही. संपूर्ण अंग पांढुरके. वर्षातून एक वेळही अंघोळ होत असावी की नाही, याबद्दल सार्थ शंका यावी, असा त्याचा अवतार. तोंडास दुर्गंधी. अशा अवस्थेत माझ्या लहानपणी त्याने मला मायेने गोंजारलेय. खांद्यावर बसवून फिरविलेय. मुके घेऊन प्रेमाचा वर्षाव केलाय. मेहबूब माझ्या वडिलांचा बालमित्र! वडील जमीनदार. मेहबूब फाटका! एक मामुली दरिद्री घरातला हा माणूस, थापा मारण्यात पटाईत, लोकांच्या पाहुणे-रावळ्यांच्या घरचे पत्ते शोधून त्यांना भेटून, कधी मृत्यूच्या तर कधी आनंदाच्या 'खोट्या बातम्या' सांगून, थोडेबहुत पैसे उकळयाची मेहबूबला सवय! त्याने दिलेल्या मृत्यूच्या बातमीने हलकल्लोळ व्हायचा आणि रडत बोंबलत बाया-बापडे आपल्या नातेवाइकांच्या गावी यायचे. घरात पाहावे तर सर्व सुरळीत. 'म्हैब्या' असा बेरकी! या त्याच्या सवयीने त्याने अनेकांचे शिव्याशाप खाल्ले, मारही खाल्ला आहे. लग्न होऊन सासरी गेलेल्या मुलींच्या माहेरी जाऊन, मेहबूब डोहाळजेवणाची गोड बातमी द्यायचा आणि त्याच्या आवडीची खीर वसूल करून खायचा. वर बिदागी उकळून मगच पुढच्या मोहिमेवर निघायचा. अशा आनंदाच्या बातम्यांनी माणसं माहेरून निघायची. त्यातील खोटेपणा लक्षात यायला बराच वेळ जायचा! मेहबूब असा थापाड्या! त्याचा उद्देश फक्त चांगलंचुंगलं खायला मिळावं आणि बिडीकाडीला पैसे मिळावेत एवढाच असायचा.

मेहबूब सबंध लातूर जिल्ह्यात आणि त्याच्या पलीकडेही फिरायचा तो पायीच. मेहबूब हा असा खोटा आणि बिनपगारी पोस्टमन. त्याने कधी संसार केल्याचे ऐकले नाही. एका अशाच उटपटांग बाईला मेहबूबची 'महेबुबा' म्हणून ठरविले गेले, पण ती एक-दोन दिवसातच त्याच्यापासून पळून गेल्याचे ऐकले होते. मेहबूबला त्यामुळे वाईट वाटले नसावे का?

मेहबूब बोबडा बोले. सारखा फिरतीवर असे. त्याचा ठिकाणा नव्हता. कुणाला त्याची चिंताही नव्हती. त्याच्या भावंडांनी आणि गावाने त्याच्या 'वेडेपणा' वर शिक्कामोर्तब करून स्वत:ची जबाबदारी कायमची झटकली होती. मेहबूबचे घरदार सर्व विश्व होते.

वसंत पोतदारांच्या 'हैद्राबाद स्वातंत्र्यसंग्राम' या ऐतिहासिक ग्रंथात मेहबूबची कामगिरी 'बंडखोर मोहनराव पाटील' या प्रकरणात अमर झाली आहे. हे कौतुक तो सर्वत्र सांगत सुटला. स्वातंत्र्यसैनिक म्हणून अनेक खोट्या देशभक्तांनी स्वातंत्र्याची तिजोरी लुटली, पण मेहबूबची देशभक्ती अस्सल असूनही उपेक्षितच राहिली. मेहबूबला 'राष्ट्रीयता' कळत नाही पण त्याची मानसिकता उपजत राष्ट्रीयच आहे. असे कोट्यवधी सामान्य जीवन जगणारे मेहबूब, या देशाच्या मातीचे-पाण्याचे ऋण मान्य करून हिंदूंच्या साथसंगतीने जगत आहेत. सामान्य हिंदू-मुस्लिमांना त्यांच्या भाकरीचा प्रश्न 'अल्ला' पेक्षा आणि 'ईश्वरा' पेक्षा अधिक महत्त्वाचा वाटणे स्वाभाविक आहे. पण धर्माचे भांडवल करून माणसं पेटवणारी अधार्मिक प्रवृत्तीच पुन: पुन्हा माणसाच्या पराभवासाठी सज्ज होते आहे. माणूस मारून जिवंत राहणारा धर्म, खरोखरच 'धर्म' असतो का? मानवजातीच्या इतिहासात 'धर्म' या कल्पनेच्या वेडापायी किती माणसं बळी गेलीत? धर्माचे विधायक योगदान आणि धर्माचे विध्वंसक परिणाम, यांच्या आपसातील तुलनेत अधिक प्रमाण कोणते असावे या प्रश्नांची उत्तरे शांतपणे आणि वस्तुनिष्ठ भूमिकेतून एकदा मांडायलाच हवीत ना?

माझ्यावर, माझ्या वडिलांवर मेहबूबचे कमालीचे प्रेम! माझ्या वडिलांना तो 'मोठं सोनं' म्हणायचा आणि मला 'धाकलं सोनं!' माझं कौतुक त्याच्या बोबड्या बोलात मी अनुभवलं आहे. मेहबूब जेव्हा लाचार होऊन, तोंड वेंगाडून आठ आणे-चार आणे बिडीला मागायचा, तेव्हा वाईट वाटायचं. चहा आणि बिडी हा त्याचा विसावा. दोन-दोन दिवस भाकरीचा पत्ता नसायचा. कुठे तरी मागून खायचा. मेहबूब हा तसा वल्लीच. त्याच्या अंगी, अंग दाबण्याचं, डोकं, मान दाबण्याचे अप्रतिम कौशल्य आहे. शरीराच्या नसाचे, हाडांच्या खटक्याचे

त्याचे ज्ञान आश्चर्यजनक आहे. त्याच्याकडून डोकं-अंग दाबून घेण्याचा अनुभव हा अविस्मरणीयच! चार-आठ आण्यात तो कुणाचेही असे काम करून द्यायचा. अशा या 'डॉक्टर' ची किंमत मात्र शून्य!

मेहबूब मुसलमान पण त्याची संपूर्ण जीवनयात्रा हिंदू कुटुंबीयांच्या सान्निध्यातच अधिकांश पार पडली. तो मुसलमान म्हणून त्याचा द्वेष वा विरोध कुणी केल्याचे माझ्या ऐकण्यातही नाही. याचे कारण मेहबूबलाच स्वतःच्या लौकिक धर्माची आठवण नव्हती. आयुष्यात त्याने कधी नमाज पढून 'अल्ला' ला साद घातल्याची माहिती उपलब्ध नाही.

निजाम संस्थानातील मराठवाडा रझाकारांच्या अत्याचाराने होरपळला तेव्हा त्याविरुद्ध मराठवाड्यात अनेक ठिकाणी सशस्त्र उठाव झाले. हाडोळीच्या (ता. निलंगा) क्रांतिभूमीतही माझ्या वडिलांच्या-मोहनराव पाटील (सबनीस) यांच्या नेतृत्वाखाली ५०० लोकांच्या हत्यारबंद तुकडीने रझाकारांशी लढाई केली. ही रणधुमाळी बरेच दिवस चालली. हिंदु विरुद्ध मुस्लीम असा सरळसरळ संघर्ष पेटला. त्यात 'वेडा म्हैब्या' हिंदूंच्या गटात राहिला.

रझाकारांच्या गोटातून त्याने 'मुस्लीम' धाग्याचा वापर करून दारूगोळा मिळवून, तो त्यांच्याच विरोधात मोहनराव पाटलांच्या टोळीमार्फत वापरला.

मेहबूबने शाळेची पायरी न चढताही धर्माच्या नावाने चाललेला अत्याचार निषेधार्ह मानला. स्वतःच्या कुवतीनुसार विवेकी शुद्ध कृतीही केली. 'वेड्या म्हैब्या' चे हे शहाणपण माझ्या गाव-परिसरात आजही गौरवास्पद चर्चेचा विषय आहे.

'मेहबूब' हा कोणत्या अर्थाने 'मुस्लीम' ठरतो, हे मला आजही न उकलणारे कोडे आहे. त्याचे शिक्षण प्रबोधन नसतानाही तो खराखुरा 'सेक्युलर' आहे. कारण त्याची जीवनधारणा, जीवनधाटणी आणि जीवनाश्रय, धर्मातीत आहे. त्याचे 'मुस्लीमपण' त्याला आणि इतरांनाही कधी जाणवलेच नाही. माणूस हा मुळात फक्त माणूसच असतो, हेच सत्य मेहबूबच्या जीवनातून मला अधिक प्रकर्षाने जाणवले. 'माणूस'पणावर झाकाळणारे सर्व वाईट संदर्भ वजा केल्याशिवाय माणसाची खरी दुःखे दूर करण्याप्रत आपण पोहोचू शकणार नाही. धर्माचे जीवनात कोणतेही स्थान असो, 'धर्माने माणूस सुखी झाला', हा इतिहाससिद्ध सिद्धान्त नाही आणि भविष्यात तो धर्मामुळे सुखी होईलच, ही शक्यताही नाही. विवेकशीलता हीच माणसाच्या दुःखमुक्तीची वाट आहे आणि अटही आहे. मेहबूबला लोकांनी 'वेडा' ठरविला तरी त्याच्या सुखदुःखात मदत करणारी

माणसं आणि सर्व माणसांत आपल्या गुण-अवगुणांनी वावरणारा मेहबूब, या दोन्हीतही 'विवेक'च आहे. धर्म आणि विवेक यांच्यात सर्वकाळ सुसंगती असतेच असे नाही. म्हणून तर त्यांच्यामधील संघर्ष अटळ आहे. विवेकावरील धर्माचा विजय, ही मानवी इतिहासाची दारुण शोकांतिका आहे. विवेक धर्मातीत असतो. लौकिक अर्थाने ब्राह्मण असलेल्या माझ्या बाल्यावस्थेला प्रेमळपणे पप्पी घेऊन कुरवाळणारा मेहबूब, त्या क्षणीची आई-त्या क्षणीचा बाप होता. मेहबूबचे हे वात्सल्य आणि रझाकारांच्या अत्याचाराविरुद्ध चेतलेला त्याचा विवेक, त्याच्या लौकिक धर्मावर मात करून उभा होता. मेहबूब धर्माला 'झूठ' ठरविणारा सामान्य स्तरावर मोठा माणूस आहे. सेक्युलॅरिझमच्या बाता मारणाऱ्या लबाड राजकारण्यांपेक्षा आणि सर्वधर्मसमभावाची भोंगळ जपमाळ ओढणाऱ्या बुद्धिवाद्यांपेक्षा मेहबूब मला जवळचा वाटतो!

--*

.१४.

नरहर कुरुंदकरांचा शिष्य नक्षलवादी?

आयुष्याच्या नकाशावर काही गावे अचानक येतात नि त्यांचा ठसा कायम राहतो. कुरुंदकरांचे नांदेड त्यांपैकी एक! अर्थात, नांदेडला माझ्या लेखी महत्त्व आहे ते गुरुवर्य कुरुंदकरांमुळेच! सरळ टोकदार नाक, उंची नजरेत भरणारी, रंग गोरा, आवाज किंचित किनरा. चेहऱ्यावर विद्वत्तेचे स्वाभाविक तेज. या व्यक्तिमत्त्वाच्या कुरुंदकर सरांना धोतर पायजमा ते पँट या सर्व वेषांत मी पाहत होतो. एम. ए. चा विद्यार्थी म्हणून त्यांचे शिष्यत्व पदरी पडले आणि माझ्या जीवनात आमूलाग्र बदल झाला. वस्तुनिष्ठतेच्या अटीत चिंतन करून लेखन करण्याचा वारसा मला याच गुरुंकडून मिळाला. बुद्धिवादाचे हे योगदान आज माझ्या आयुष्याचे भूषण ठरलेय. तत्त्वज्ञान, भाषा, समाजशास्त्र, धर्मशास्त्र, राज्यशास्त्र इ. विविध ज्ञानशाखांमधील कुरुंदकरांचा अभ्यास, किंबहुना कुरुंदकर हाच माझ्या कायम श्रद्धेचा विषय आहे. पण ही श्रद्धा तशी डोळस आहे. म्हणून तर समीक्षा आणि वैचारिक लेखनात, कुरुंदकरांच्या भूमिकेचीही उलटतपासणी, प्रतिवाद करण्याचे नम्र धाडस मी करू शकलो, याचे श्रेय सुद्धा कुरुंदकरांच्या तर्कशुद्ध वैचारिक भूमिकेलाच आहे.

गुरुवर्य कुरुंदकरांवर माझी श्रद्धा किती? व्याख्यानाच्या निमित्ताने एकदा कुरुंदकर धुळ्यात आले तेव्हा मी त्यांचा नेहरू शर्ट आग्रहाने मागून घेऊन स्वतःच्या हाताने धुऊन दिला. याचे समाधान मला शब्दांत नोंदवणे शक्य नाही.

लग्नानंतर आशीर्वाद घेण्यासाठी त्यांच्याकडे गेलो असता, माझ्या नोकरीची-भाकरीची चिंता वाहणाऱ्या या गुरूने, मला अन्यायाविरुद्ध संघर्ष करण्याची प्रेरणा देऊन, समर्थपणे उभे केले. न्यायाच्या कैवारात प्रत्यक्ष कृती सिद्ध करणारा बुद्धिवाद माझ्या जीवनात उभा राहिला, तो या गुरूच्या उपदेशातून! घरी जमीन भरपूर असल्याचा माझा दावा नोकरीचा पर्याय म्हणून, त्यावेळी कुरुंदकरांनी

बिनतोड उडवला. ते म्हणाले- ''इंच इंच जमिनीला पाणी मिळाले तरच शेती उपयोगाची!'' त्यांच्या या शेतीच्या अर्थशास्त्रीय ज्ञानाने माझा जमीनदारीचा पर्याय आणि अहंकार कायमचा संपला. ''जमीनदारी संस्थेच्या अन्यायाचा प्रतिकार न करणारा असा कसा तू कम्युनिस्ट?'' कुरुंदकरांचे हे बोल माझ्या मनाच्या गाभाऱ्यात पुनः पुन्हा घुमत राहिले. त्या प्रेरणेतून धुळ्याच्या कर्मभूमीत मी पुन्हा ठासून उभा राहिलो.

माझ्या प्राध्यापकीची शिदोरी कुरुंदकरांचे एम. ए. चे तास म्हणजे ज्ञानपर्वणीच! आयुष्यभर कोणी भाकरीची सोय केली तर तह हयात फक्त कुरुंदकर सरांची व्याख्याने ऐकत राहावीत, असे त्यावेळी वाटे. विद्यार्थी असताना हाताने स्वयंपाक करून कुरुंदकर सरांचे तास अटेंड करायला कधी कधी वेळ होई. तेव्हा पीपल्स कॉलेजच्या शिपायाचे स्टूल दाराबाहेर टाकून मी त्यावर बसायचो आणि सरांचे व्याख्यान ऐकायचो. अशी ही विलक्षण गोडी! त्यांची 'धार आणि काठ', 'जागर' ही पुस्तके मला प्रभावित करीत.

घरची जमीनदारी माझ्या वाट्याला शाप म्हणूनच उभी होती. वडिलांच्या इच्छेविरुद्ध मी नांदेडला एम. ए. शिकण्यासाठी आलो. गाण्याचे कार्यक्रम करून पोट भरणे हाच जुना पर्याय मला होता. त्यातूनच पुढे 'तू शुक्राची चांदणी' हे वगनाट्याचे पुस्तक आले. या पुस्तकाला कुरुंदकर सरांनी त्यांच्या नेहमीच्या अभ्यासपूर्ण शैलीत प्रस्तावना दिली. त्यावेळी मी फक्त वगनाट्याच्या लेखनात मश्गूल होतो. त्याच धुंदीत माझे आणखी एक चावट लोकनाट्य प्रसिद्ध झाले. हे पुस्तक अर्पण कुणाला करावे? कुरुंदकर सरांवर माझी कमालीची श्रद्धा! तेव्हा हे लोकनाट्य त्यांनाच अर्पिले. त्याचे नाव 'राया, मला मुंबईला घेऊन चला.' आहे ना कमाल? महाराष्ट्रातल्या आणि महाराष्ट्राच्या बाहेरच्या मराठी माणसाला तर्कशुद्ध विचार करायला शिकविणाऱ्या या विचारवंताला मी माझे चावट लोकनाट्य अर्पण केले. त्यावेळी त्यांना अर्पण करण्यासारखे माझ्याजवळ तेवढेच भांडवल होते. बुद्धिप्रामाण्यवादाचा वसा स्वीकारून मी आज त्यांच्याच प्रेरणेने उभा आहे. पण माझ्या वैचारिक ग्रंथांचे कौतुक करायला कुरुंदकर आज नाहीत.

प्राध्यापकी करताना आणीबाणीत माझ्यावर वॉरन्ट बजावले गेले. घरची झडती घेतली गेली. सरकारच्या कैवाऱ्यांना (C.B.I.) आक्षेपार्ह असे काही मिळाले नाही म्हणून अस्मादिकांची सुटका झाली, याचे श्रेय सुद्धा कुरुंदकर सरांकडेच जाते. नक्षलवादी नेत्या कॉ. सुंदर नवलकर यांच्याशी तेव्हा माझा पत्रव्यवहार होता. प्रत्यक्ष भेट कधीच नव्हती. प्रारंभी क्रांतीची काही गाणी

'जासूद' नावाच्या त्यांच्या नियतकालिकाकडे मी पाठविली. या पत्रव्यवहारातून माझ्या मनात त्यांच्याशी विवाह करण्याचा विचार आला. पण बऱ्याच दिवसानंतर कळाले की, त्यांचे वय माझ्या दुप्पट आहे. आणीबाणीत सुंदर नवलकरांच्या घराच्या झडतीत माझा पत्रव्यवहार जप्त झाला आणि मी 'नक्षलवादी' असल्याची पक्की समजूत करून सी. बी. आय. ने माझ्या जीवनाचा पंचनामा सुरू केला. त्यात नांदेडच्या विद्यार्थी दशेचा संबंध अपरिहार्य ठरला. कुरुंदकर माझे गुरू म्हणून त्यांच्याकडे माझी चौकशी झाली. त्यांनी मला प्रा. दत्ता भगत यांच्या मार्फत पत्र पाठवून जागे केले. त्यामुळेच बंदी असूनही माझ्याकडे येणारे 'जासूद' चे अंक आणि इतर क्रांतिवादी साहित्य माझ्या घरातून मी काढले आणि एका आर. एस. एस. च्या विद्यार्थ्याकडे ठेवले. परिणामत: पोलिस पार्टीच्या धाडीत माझ्या 'एकट्या' च्या संसारात काही सापडले नाही.

गरिबांच्या कल्याणासाठी या देशात आणि जगातही सशस्त्र क्रांती झाली पाहिजे; या मताचा माझ्यावर तेव्हा जबरदस्त पगडा होता. त्या काळात कुरुंदकर म्हणाले होते–"मी शांततावादी आहे. लोकशाही मार्गाने हळूहळू क्रांती व्हायला हवी. उद्या तुम्हा कम्युनिस्टांचे राज्य आले तर मला गोळ्या घातल्या जातील. तरीही माझे मत मी बदलणार नाही."

"मी स्थूल मानाने मार्क्सवादी आहे" असे स्पष्ट प्रतिपादन करणारे कुरुंदकर, कम्युनिस्ट = हिंसा या समीकरणाचे शिकार होते. त्याला कारण स्टॅलिनचा हिंसक इतिहास आणि कम्युनिस्टांची 'अॅण्टी गांधीवादी' भूमिका हे होय!

सत्याच्या आग्रहात शांतता जरूर आहे पण शोषक हितसंबंध जपताना, बलिष्ठ वर्गाकडून हिंसा लादली जातेच, हा जगाच्या इतिहासाचा आजपर्यंतचा पुरावा असताना, सर्वहारा वर्गाला, हिंसेला बळी जाणे किंवा हिंसेचा प्रतिकार करणे, हे दोनच पर्याय असतात. तेव्हा लादलेल्या अन्यायाच्या अपरिहार्य प्रतिकारात हिंसा घडली तर, ती निंद्य मानण्याचे कारण नाहीच! या मुद्यावर कुरुंदकर सरांशी मला भांडायचे होते. पण या महान गुरूंशी भांडायचे राहून गेले. ज्या दिवशी 'क्रांती' नावाच्या माझ्या एकांकिकेचा पुणे विद्यापीठात प्रयोग होता, त्याच दिवशी त्यांच्या दु:खद निधनाची बातमी ऐकावी लागली. 'क्रांती' ला मिळालेल्या पुरस्काराचा आनंद मी पचवू शकलो नाही. माझ्या आयुष्यातील जिवलगांच्या मृत्यूंनी माझे उत्कट आनंद असे गिळून टाकलेत.

महाराष्ट्रातील मान्यवरांकडून आज माझ्या वैचारिक लेखनाचे कौतुक

करून घेताना, कुरुंदकरांच्या उबदार - समर्थ हातांची मला सतत उणीव भासतेय. विद्वान गुरू अनेक आहेत, पण विद्वत्तेचा स्पर्श मनाला होऊन ज्यांनी आपल्या शिष्यांना आईच्या कौतुकाने सांभाळले, वाढविले, असे नरहर कुरुंदकरांच्या सारखे गुरू दुर्मीळच!

--*

.१५.

मृत्यूच्या महाकाव्याचा अनुबंध

डिसेंबर ९२ च्या शेवटच्या आठवड्यातील औरंगाबादला मावळणारा कुठलासा दिवस असावा. डॉ. सुधीर रसाळ, डॉ. यू. म. पठाण, यांसारखी मराठीतली मातब्बर मंडळी बहुसंख्येनं त्या सोहळ्याला हजर होती. 'दिवसेंदिवस' या अनुराधा पाटील यांच्या तिसऱ्या कवितासंग्रहाचे प्रकाशन, हिंदी कवी चंद्रकांत देवताळे यांच्या हस्ते आणि ना. धों. महानोरांच्या अध्यक्षतेखाली संपन्न झाले. स्वत:च्या पुस्तकाचे प्रकाशन म्हणजे जन्माला घातलेल्या मुलाचे बारसेच! पण कवयित्री अनुराधा पाटील यांच्या चेहऱ्यावर आनंदाची एकही छटा, या सोहळ्यात दिसत नव्हती. उलट उदासीनतेची गडद छाया त्यांच्या व्यक्तिमत्त्वाला व्यापून उरलेली अनुभवताना मला कसेतरीच वाटत होते. कुतूहल वाढले. भालचंद्र नेमाडे, डॉ. रसाळांपासून अनुराधा पोतदार, निशिकांत ठकार, प्रा. रवींद्र किंबहुने पर्यंतच्या सर्व समीक्षक पिढ्यांनी ज्यांच्या कवितेचा मुक्त गौरव केला, त्या कवयित्रीचे 'दिवसेंदिवस' हे पुस्तक मी वाचायला घेतले.

"प्रिय बंटीस, तुझं असणं माझ्या जीवनाचा तोल होता."

हा अर्पणपत्रिकेचा प्रारंभ वाचला आणि सुन्न झालो. या कवितासंग्रहाची 'अर्पणपत्रिका' ही सुंदर कविताच आहे आणि 'संग्रहातील कविता' या अर्पणपत्रिकेचाच भाग आहे. खवचट समीक्षकांच्या ऐटीत मी या कवितांच्या नोट्स काढत होतो. तीनच कवितानंतर माझी लेखणी सहजपणे बंद पडली आणि अकराव्या कवितेच्या वाचनाच्या वेळी डोळ्यांना चक्क धारा लागल्या. वाचन आपोआप बंद झाले.

कौतुकराव पाटील हे प्राचार्य, डीन आणि मराठवाड्यातील सांस्कृतिक-शैक्षणिक विश्वातील एक सर्वस्पर्शी हळवे व्यक्तिमत्त्व! अनुराधा पाटील त्यांच्या पत्नी. डोळ्यांतले पाणी सावरून मी माझी शोकात्म जीवनकथा, या ताज्या अनुभवाच्या कथनासह कौतुकराव व अनुराधा पाटील यांना कळविली! अनुराधाबाईंच्या

कवितांमध्ये वेदनेच्या महाकाव्यांचे सामर्थ्य जाणवले. कौतुकराव ठाले-पाटील व अनुराधा यांची जीवन कथा, माझ्याशी थेट भिडणारी, संवादी यात्रा असल्याचे लक्षात आले.

मृत्यूचे दु:ख सर्वश्रेष्ठ दु:ख असावे, कारण इतर दु:खांना संपण्याची शक्यता जोडलेली असते. मृत्यूच्या दु:खाला उत्तरच नाही. अनुराधा आणि कौतुकरावांचा मुलगा १३-१४ वर्षांचा होऊन मृत्यू पावला आणि आता त्यांना कोणताही पर्याय शिल्लक उरलेला नाहीय. दु:ख कवटाळून स्वत:च्या नैसर्गिक मृत्यूपर्यंत सक्तीचे जगत राहणे अटळ आहे.

कौतुकराव पाटील संवादी शोककथेमुळेच माझे मोठे भाऊ म्हणून जीवनात अवतरले. हा मुद्दा सुखाचा कसा ठरावा? पण अपरिहार्य कारुण्यातही काही सुखात्म स्वर अचानक हळुवार फुंकर घालून जातात. त्यांची लय चक्क काळजाला भिडते आणि का कुणास ठाऊक, पण वणवा सोसताना या फुंकरीमुळे जरा थंडावा निश्चित मिळतो. पहिल्या पत्नीचा एक मुलगा आणि नंतरचा एक, अशी दोन मुलं पुरेत म्हणून समाधानाचा झोका घेणाऱ्या या माझ्या स्नेह्यांचा संसार, दुसरा मुलगा कायमचा दूरदेशी गेल्याने पुन्हा उद्‌ध्वस्त झाला. काळजाच्या संबंधात 'नगाला नग' हा व्यावहारिक नियम गैरलागू असतो.

स्वत:च्या हाडामांसाचा-रक्ताचा वारसा, हा मानवी मनाचा आदिम श्रद्धाविषय आहे. या सूत्राभोवतीच अनुराधाबाईंची वेदना विणली जाऊन त्यांच्या कवितेत ती जिवंत झाली. मृत्यूची जिवंत वेदना भोगणारी एवढ्या ताकदीची कविता निदान मराठीत तरी दुर्मीळच! अग्नीच्या साक्षीने सात फेरे घालून पती-पत्नीच्या निष्ठांचे वचन सिद्धीस नेणाऱ्या संसारात; पतीला जगण्यासाठी एखादा धागा असावा आणि पत्नीला मात्र धागाच मिळू नये, असे दुर्दैव अनेकांच्या वाट्याला आढळते. पत्नीला सुखी करण्याची दुर्दम्य इच्छाशक्ती असूनही लौकिक विश्वात पराक्रमांचे डोंगर उभे करणाऱ्या पतीला, नियतीकडून मात्र पराभूत होण्याची वेळ यावी, याला काय म्हणावे?

अनुराधाबाईंचे जगणे आणि मरणे यांत दुवा म्हणून फक्त त्यांची कविताच शिल्लक आहे. मृत्यूच्या छायेत प्रत्येक क्षण अंधाराच्या डोहात बुडवून अनुभवणे ही फार मोठी तपश्चर्याच आहे. अनुराधाबाईंची ही तपश्चर्या कुठल्याही फळाच्या अपेक्षेने डागाळलेली नाही. एका अदृश्य शक्तीच्या इशाऱ्यावरून मृत्यूसारख्या गंभीर विषयाच्या चिंतनात, ही कवयित्री अपरिहार्यपणे गढली आहे. लौकिक विश्वाचे सर्व संकेत, नियम आणि रीतीभाती 'या' जगाला नामंजूर आहेत.

म्हणूनच वाङ्मयीन जगातील उंचीवरच्या समीक्षकांची 'प्रमाणपत्रे' आणि वाङ्मयीन पुरस्कार यांचे कौतुक ही कवयित्री तटस्थपणे पेलते. ज्या आईचे काळीजच मरून पडले, तिला जगातले कोणते सुख भावेल?

सुख ही संकल्पनाच संशयास्पद ठरावी अशा प्रचंड आघाताने अनुराधाबाई उद्ध्वस्त झाल्या आहेत. या उद्ध्वस्त अनुभूतींची त्यांची कविता बुद्ध, ख्रिस्त, गांधी या महामानवांच्या कारुण्याला कवेत घेऊन उभी राहते. दुःख हे निरंतर सत्य आहे. दुःखमुक्ती हाच मानवतेचा एकमेव ध्यास आहे. या ध्यासाला कवटाळून माणसांनी देवत्व सिद्ध केले. महामानवांचे कर्तृत्व मानवेतच्या पूजेतून सिद्ध झाले. तरीही दुःख संपले नाही. संपत नाही! न संपणाऱ्या वेदनेच्या वाटेवर अनुराधाबाईंचा प्रवास सुरू आहे.

पण या 'ओसाड' वाटेवर एकट्या अनुराधाबाईच आहेत का? मुळीच नाही! प्रत्येकाने आपल्या आजूबाजूला एकदा जरूर पाहावे. लाखो जीव दुःखाने होरपळून गेलेत. मृत्यू झाला नाही असे एकही घर जगात नाही. इतरांच्या मुलांना आपले मानून, स्वतःच्या मुलाच्या जिवंतपणाचा प्रत्यय येणार नसतो हे खरेच! पण कोणत्याही प्रश्नाला उत्तर नाही, असे होत नसावे! जीवनात सापडलेली किंवा शक्य असलेली उत्तरे आपण स्वीकारत नाही, म्हणून दुःख अधिक गहिरे होते! मान्य आहे, मृत्यूवर उपाय नाही. पण अश्रू पुसणाऱ्या हातांना तरी संधी हवीच ना? उपलब्ध सर्व शक्यता पडताळून मृत्यूला उत्तर नसले तरी, दुःखाला उत्तर मिळू शकते. त्यासाठी जगण्यावरचा विश्वास हवा. जीवनाची आसक्ती हवी. भौतिकवादी विचारांचा वारसा हवा.

आंधळ्या-लंगड्यांचे अपंगत्व हे न संपणाऱ्या यातनांची वास्तव कहाणीच असते ना? तरीही माणसं जिद्दीनं जगतात. कोटी-कोटी गरीब दरिद्री जनता, खंगलेल्या अवस्थेत कुठल्याशा आशेवर जगत राहते. जगण्यात आनंद आहेच असे नव्हे, पण दुःखाला झेलून आनंदाच्या प्रत्येक क्षणासाठी झुंज देण्याचा आशावाद, प्रयत्नाने सिद्ध करता येतो. सुखाचे पर्याय पचवून घेण्यासाठी, भावनेचे ओझे उतरवून बुद्धिवादाचा आधार घेण्यास काय हरकत आहे?

सावित्रीबाई फुले आणि ज्योतिबा यांना मुलं झाली नाहीत. त्याची खंत त्यांच्या वाङ्मयात उमटली नसली तरी, त्यांच्या मनात नव्हतीच, याला पुरावा नाही.

पण त्या व्यथेवर त्यांनी व्यापक उपाय शोधला. समाजातील अनाथ मुले, वाट चुकलेल्या निराधार स्त्रिया, उपेक्षित शूद्र, गरीब शेतकरी या सर्व

दु:खितांचे 'आईपण' आणि 'बालपण' फुले दांपत्याने पचवले. त्यातून एक प्रेरक इतिहास जन्मला. मानवमुक्तीचा मंत्र देणारे हे जोडपे, सर्व पिढ्यांना वंदनीय ठरले. स्वत:च्या मुलांचे मातृत्व आणि पितृत्व सर्वजणच सिद्धीस नेतात. त्यात पराक्रम कोणता?

ज्यांना कोणीच नाही किंवा असूनही उपयोग नाही, अशा लाखो दु:खितांची आई कोण होईल? माझ्या समोरही हाच प्रश्न आहे. कारण मीसुद्धा अंशत: 'अनुराधा'च आहे!

--*

.१६.

पाडून मुडदे नराधमांची । धार वाहु दे रक्ताची ।।

"चल रं गड्या मार उड्या मळ्यामंदी जाऊ
जाता-जाता आनंदाने क्रांतिगान गाऊ"

या गाण्याने श्रमिक संघटनेच्या सर्व कार्यकर्त्यांना आणि आदिवासींनाही तेव्हा वेड लावले होते. ते गाणे माझे होते याचा मला सार्थ अभिमान आहे. १९७४ चा तो पूर्वार्ध होता. घरात भांडणे झाली म्हणून मी घर सोडले होते. लाल निशाण पक्षाच्या पुण्यातील शिबिरात नोव्हेंबर २० रोजी (१९७३) मी, कॉ. माणिक जाधव यांच्या सहकार्याने सामील झालो. तेथून एस. के. लिमयेसारख्या मार्क्सवादी तपस्वी ऋषीच्या सहवासात मुंबईला आलो.

"लाल कफन बांधून हाती
कंबर कसला व्हिएतनाम-
कोण कुणाचा मालक आणि
कोण कुणाचा असे गुलाम–"

यासारख्या क्रांतीवादी गाण्यांना आणि माझ्या अशाच एका कव्वालीला एस. के. लिमये फार आत्मीयतेने दाद देत असत.

माझ्या ग्रुपसाठी त्यांनी कलापथकाची वाद्ये खरीदली. खरेदीला जाताना शारदा साठे या त्यागी कार्यकर्त्या- वकील, माझ्याबरोबर होत्या. मी खेड्यातून नुकताच आल्याने त्यांच्या मोकळ्या सहवासात थोडासा बिचकायचो. तो मोकळेपणा मनाच्या स्वच्छतेचा होता, हे उशिरा कळले. खेडुतांची मानसिकता स्त्री-पुरुष संबंधातील स्वच्छ स्नेहभावनेकडे आणि मोकळेपणाकडे संशयाने पाहणारी आहे. निदान माझी तरी तेव्हा अशीच मानसिकता होती. मला सवय नसल्याने वास यायचा. नंतर मी दुरुस्त झालो.

कॉ. लिमये. कॉ. डांगे, संदीप पेंडसे, सुधीर बेडेकर असा प्रवास करून

मी कुमार शिराळकरांपर्यंत पोचलो. या प्रवासात मी अगदी शेवटच्या टप्प्यात कम्युनिस्टांच्या सहवासात खऱ्या अर्थाने प्रभावित झालो. त्यापूर्वी मी बेरकीपणे वागायचो. पण गरिबांना सुख मिळावे म्हणून क्रांती झाली पाहिजे, असे विचारसूत्र मला पूर्वीपासून मान्य होते.

शहाद्याच्या श्रमिक, संघटनेच्या चळवळीत मी 'शाहीर' म्हणून सामील झालो.

"बांधा कमरा रणात उतरा
गचांडी द्या या सरकारा"

किंवा

"पाडून मुडदे नराधमांची
धार वाहु दे रक्ताची"

माझी ही स्फोटक गाणी तेव्हा या चळवळीत खूप गाजत होती.

आदिवासींचे समर्थ नेते अंबरसिंगमहाराज हे ग्राम स्वराज्य समितीचे कार्यकर्ते होते. ते खूप आजारी पडले. त्यांच्यासोबत सेवेसाठी माझी नियुक्ती झाली. अंमळनेरला त्यांच्यासोबत मुक्काम होता. तेव्हा वा. रा. सोनारांची प्रथम ओळख व भेट झाली. त्यांचे टक्कल व व्यक्तिमत्त्व फारसे भावले नाही, पण त्यांचे मन व सततचे बोलणे, किनरा आवाज मात्र काळजाला भिडला. आदिवासी नेत्यांच्या बद्दलची त्यांची काळजी, आत्मीयता जाणवली. डॉ. म्हसकरांनी उपचार केला. प्रकृती अधिक बिघडत होती. मी अंबरसिंग महाराजांना पुण्याला 'ससून' मध्ये घेऊन आलो. त्यांना मृत्यूची चाहूल लागली होती. किडनीचा विकार! शरीरात संपूर्ण विषारी द्रव्य साचलेले. अंबरसिंग महाराज पथ्य न पाळता खात होते. 'ससून' मध्ये मी त्यांची देखभाल केली.

...आणि अंबरसिंग महाराज वारले. कुमार, डॉ. बाबा आढाव आले. डेड बॉडी त्यांच्या धुळे जिल्ह्यातील पाडळदा गावी पाठवली. आदिवासींचा जीव की प्राण असलेले नेतृत्व संपले होते. कुमार आणि सर्व सहकारी, भाऊ मुंदडा, इ. हतबल. पुण्यातल्या शोकसभेत यदुनाथ थत्ते, डॉ. कुमार सप्तर्षी वगैरे बरेच नेते बोलले. मी पण बोलल्याचे आठवते. त्यानंतर माझ्या गावी जाऊन पुन्हा मी परत चळवळीच्या केंद्रात आलो.

सालदारांचे संप करून श्रीमंत शेतकऱ्यांकडून योग्य पगार मिळवून देण्याच्या कामी, मी पुढाकार घेत होतो. श्रमिक संघटनेच्या मोर्च्यात भाषणे, गाणी म्हणत होतो. आदिवासींचे संसार जवळून पाहात होतो. अस्सल प्रेम आणि जिव्हाळा कसा असतो, याचा प्रत्यक्ष अनुभवच या आदिवासी स्त्री-पुरुष कार्यकर्त्यांनी

मला दिला. माझे जमीनदारीचे अनुभवविश्व याच्या विरोधी होते.

श्रमिक संघटनेचे कार्यकर्ते प्रचंड त्याग करून, नोकऱ्या सोडून आदिवासींच्या लढ्यात सामील झाले होते. पायात चपला नाहीत. कपड्यांना इस्त्री नाही. वेड लागल्यासारखे क्रांतीच्या स्वप्नाने पछाडलेली ही मंडळी, गावोगावी सभा-मोर्चे काढून आदिवासींना जागृत करीत होती. क्रांतीची झलक मी अनुभवत होतो. क्रांतीचे वेड जाणण्याएवढा वेडा होतो.

काही कार्यकर्त्यांना जमीनदारांनी ठोकून काढले. कार्यकर्ते दाढी ठेवत असत. त्यामुळे दाढीवाल्यांबद्दल आदिवासींत सहानुभूती आणि मालदारांमध्ये संताप होता. कुठल्याशा गावात कुमार शिराळकर आणि त्याच्या सहकाऱ्यांना श्रीमंतांनी खूप ठोकले. शहाद्याच्या कार्यालयात हवा तंग! रस्त्यावर जाणे कठीण. वातावरण भडकले. आम्ही काही बेरकी लोकांनी ताबडतोब दाढी काढून साफ केली.

या संघर्षमय कहाणीचे ठसे अभिमानाचा विषय आहेत. आदिवासींच्या तरुण मुली आणि मुले, माझी गाणी एका सुरात म्हणत. मी तेव्हा बेभान होतो. काही काळ मलासुद्धा वाटले की, 'क्रांती अगदी जवळ आहे.' पण नंतर मी प्राध्यापक झालो आणि मीच प्रस्थापित व्यवस्थेचा अविभाज्य भाग बनून उरलो. आता फक्त क्रांतिवादी डोळस जाणीव उरलीय. मात्र ती सुद्धा याच श्रमिकांच्या चळवळीचे फलित आहे.

आदिवासींचा गुळाचा चहा, त्यांची दादरची गरम भाकरी, मिरचू, त्यांचे शेणाने सारवलेले स्वच्छ अंगण आणि त्यांचे लहान मुलासारखे निष्पाप, निरागस शुद्ध मन, माझ्या जीवनाचा अंतःस्रोत ठरला आहे. 'श्रमिकांचा विजय' हा जीवनाचा ध्यास आहे.

जागतिक कीर्ती मिळालेली चळवळ शिखरावर असताना मी पाहिली. आता ती ओसरली आहे. पण जागृतीचा वारसा चालू आहे. कार्यकर्त्यांचा त्याग, माझी गाणी वाया गेली नाहीत. क्रांती झाली नाही हे कबूल! पण भ्रांती तरी फिटली. अत्याचारांची परंपरा आदिवासींनी मोडून काढली. मुक्तीचा प्रवास सुरू आहे. त्यात मी कायम! आदिवासींचे नेते अंबरसिंगमहाराज यांची विष्ठा साफ केल्याचा संदर्भ, माझ्या वैचारिक ग्रंथाचे कृतिशील अधिष्ठान आहे.

--*

.१७.

आदिवासींच्या क्रांतीलढ्याचे नेतृत्व

कलेक्टरशी वाटाघाटी करताना शिष्टमंडाळाचा नेता चर्चेच्या आरंभालाच ओक्साबोक्शी रडण्याचा प्रकार, जगाच्या इतिहासात दुर्मीळ ठरावा! धुळ्याचे माजी कलेक्टर श्री. अभय बोरवणकर यांच्याशी आदिवासी तरुणांच्यासह, फॉरेस्ट खात्याच्या अत्याचारांबाबत वाटाघाटी करताना, मला रडू कोसळले. तोंडातून चर्चेचे बोलणे बाहेर पडण्याऐवजी आक्रोशच फुटला. साल होते १९८८. शिरपूर तालुक्यातील सुमारे ६२ गावे, फॉरेस्ट खात्याने 'अतिक्रमण' ठरवून उद्ध्वस्त केली होती. मी कौटुंबिक वेदनेच्या डोहात डुंबलो होतो. डॉ. अमृतसिंग वसावे या मित्राकडून जंगल खात्याच्या आदिवासी गावांवरील अत्याचारांची कथा ऐकली आणि मी शरद पाटील, राजाराम पाटील या शिष्यांसह बोराडीला गेलो. तेथून सायकलीवर उद्ध्वस्त खेड्यांना जाऊन परतलो. आदिवासींचे भकास आणि उजाडलेले संसार पाहून सुन्न झालो. माझ्या वैयक्तिक वेदनेला, या समूहवेदनेने अधिक गडद करून व्यापक परिमाण दिले. या प्रश्नावर मी सरकारशी लढायचे ठरविले. मी आदिवासी झालो!

राजेंद्रसिंग वळवी हा विद्यार्थी संघटनेचा नेता तसा उत्साही व मुरब्बी, त्याने आणि आदिवासी विद्यार्थी संघटनेच्या तरुणांनी प्रयत्न करून, १० हजार आदिवासींचा मोर्चा धुळ्यात काढला. खेड्यांतून असंख्य आदिवासी तरुण तीर-कमठे घेऊन आले. फॉरेस्टचे प्रमुख अधिकारी श्री. का. का. चव्हाण यांच्याविरोधी घोषणा दिल्या जात होत्या. प्रचंड संताप होता.

महाराष्ट्राच्या इतिहासात या मोर्चाची नोंद व्हावी, असा हा तरुणांचा संताप एकवटला होता. माझ्या अध्यक्षतेखाली कलेक्टर कार्यालयाजवळ सभा झाली. मी अगोदरच उद्ध्वस्त. त्यात आदिवासींचे उजाडलेले संसार पाहून फॉरेस्टच्या जंगलीपणावर मी हल्ला केला. "अत्याचार वाढले तर आदिवासी

हातात शस्त्र घेऊन संघर्षाला उभे राहतील,'' हा इशारा मी भाषणात दिला. शेकडो वर्षे आपापल्या वस्त्यांत दरिद्री जीवन जगणाऱ्या हजारो आदिवासींना, त्यांच्या गावांतून हुसकावून लावणे अमानुष आणि बेकायदेशीर असल्याचे मी सांगितले. आदिवासींच्या उद्ध्वस्त गावांचे वर्णन करताना भाषणात मी रडत होतो आणि शरद पाटील, महेंद्र भावसार, राजाराम यांच्यासह अनेक आदिवासी तरुणांच्या डोळ्यांना सुद्धा पाणी आले होते.

त्या मोर्चाच्या ड्यूटीवर असलेले एक पोलीस इन्स्पेक्टरही डोळ्यातील पाणी आवरत होते. मोर्चा रडत होता. प्रसंगच तसा होता. खाकी कपड्यातल्या माणसांनाही मन असते. गरिबांविषयी कणव असते. म्हणूनच ६२ गावच्या बेचिराख आदिवासींची वेदना इन्स्पेक्टरला भिडली होती. माझे भाषण 'लोकमत' मध्ये श्री. जुनागडे यांनी छापले. ''आदिवासी जनता हाती शस्त्रे घेऊन अन्यायाचा मुकाबला करील'' अशा आशयाचे टायटल बातमीला होते.

सभा संपता संपता भाषण करताना अचानक निर्णय घेतला आणि जाहीर केले की, या क्षणापासून कलेक्टरच्या दारात उपोषण, धरणे कार्यक्रम चालू राहतील. शासनाने ६२ गावे उद्ध्वस्त केल्याची भरपाई करून द्यावी, ही मुख्य मागणी.

सकाळी मोर्चा, सभा आणि उपोषण अशा क्रमाने घटना घडल्या आणि रात्री चिचपाणी गावाला, चिडलेल्या आदिवासींनी एक फॉरेस्टचा गार्ड जाळून मारल्याची वार्ता आली. डी. एस. पी. पवार आणि कलेक्टर श्री. बोरवणकर यांची पहाटेपर्यंत चर्चा चालली. मुद्दा होता माझ्या भाषणाचा व माझ्या अटकेचा!

माझे पोलीस डिपार्टमेंटचे पूर्वीचे रेकॉर्ड 'नक्षलवादी' म्हणून सरकारविरोधी! शस्त्राची भाषा आणि मोर्चातील भाषण आणि गार्ड जाळून मारल्याची घटना, एकाच दिवशी घडल्याने, पोलीस अधीक्षकांना हा माझ्याच प्लॅनचा भाग वाटला असावा, पण या प्रश्नावर धुळ्यातील सर्व डावे आणि उजवे तरुण तेव्हा माझ्या मागे होते. कारण पतीतपावनचा नेता शेषराव पाटील, शंकर शेळके ही मंडळी मोर्चात सामील होऊन माझ्या भूमिकेचे समर्थन करीत होती.

धुळे अधिक पेटू नये म्हणून माझी अटक रद्द झाल्याचे आतल्या गोटातून कळाले. ''अटक झाली तर मुळीच काळजी करू नका. तुम्ही योग्य तेच करीत आहात'' असा दिलासा प्रसिद्ध ॲड. एन. डी. सूर्यवंशी यांनी दिला. हा वकील तेव्हा मला देव भासला.

घरी आईविना माझी मुलं दुःखात होती. मी कलेक्टर ऑफिससमोरच्या

तंबूत बरेच दिवस तळ ठोकला. महाराष्ट्रभर हा प्रश्न गाजला. डावे आणि उजवे कार्यकर्ते एका प्रश्नावर सतत सरकारशी संघर्ष करीत राहिले. आदिवासी तरुणांच्या जेवणासाठी गल्लीगल्लीतून भाकरी येत होत्या.

कपाळी उजव्या तत्त्वज्ञानाचा टिळा लावून निष्ठेने शंकर शेळके यांनी काजूची खिचडी आदिवासींना दिली होती. एका व्यासपीठावर उजवे-डावे समान मुद्यावर न्यायासाठी येऊ शकतात, हे निदान एवढ्या संदर्भात तरी प्रत्ययाला आले होते. धंदेवाईक पुढाऱ्यांची पोटं दुखत होती. काही उजवे व डावे नेते श्रेयासाठी धडपडत होते.

कलेक्टर बोरवणकर व त्या वेळचे मंत्री श्री. रोहिदास पाटील यांच्याशी चर्चा झाल्या. पण प्रश्न सुटला नाही. विधानसभेतही प्रश्न गाजला. विरोधी पक्षनेते व इतर नेतेही गेले. हेमंत देशमुखांनी मला आदिवासींच्या पुनर्वसनाच्या योजनेवर स्वाक्षरी करण्यासाठी विनविले. पण मी ठाम राहिलो. बऱ्याच महिन्यांच्या संघर्षानंतर पूर्वीची गावे पुन्हा तेथेच वसली. माझी वेदनाही शमली.

डॉ. अमृतसिंग वसावे यांच्या प्रेरणेने महाराष्ट्रात प्रथम आकारास आलेल्या आदिवासी विद्यार्थी संघटनेची स्थापना माझ्या हस्ते पुण्याच्या ससूनमधील हॉलमध्ये १९८८ ला झाली होती. त्याचे फलित म्हणजे सरकार व जंगल खाते यांच्या अत्याचारांचा विरोध करून, विद्यार्थ्यांनी न्याय मिळवला. पण मनाला चटका लागून आहे. कर्तव्य करणाऱ्या गरीब फॉरेस्ट गार्डला जाळून मारले गेले होते. या वेदनेने मी पुन्हा हैराण आहे.

--*

.१८.

'तुकाराम तुकाराम'

वडिलांच्या सोबत भजन करीत असताना मी गोड आवाजात अभंग गात असे. माझी गायकी परिसरात नंतर कौतुकाचा विषय ठरली होती. नामदेव-तुकारामांचे अभंग आणि एकनाथांची भारुडे माझी खास आवड. गौळणी गाताना तर मी संयमित अभिनयही करायचो. पहाटे आरती होईपर्यंत हा प्रकार चालत असे. संतवाणीतून ईश्वर माझ्या मनावर ठसत होता.

एकदा माझ्या ऐतिहासिक वाड्यातील भजनप्रसंगी मी तुकारामाचा अभंग आळवत होतो. तान उंच गेली आणि तुकारामासारखा मी वैकुंठाला जातो आहे असा भास सुरू झाला. अंगावर प्रचंड काटा. डोळ्यांना पाण्याच्या धारा. अभंग बंद. भावनांचा उद्रेक. आण्णांनी भजनातील टाळ-मृदंग आणि अभंग चालूच ठेवला. काहीसा चमत्कार घडला. पण तो पूर्णपणे मानस पातळीवर क्रिया-प्रतिक्रियांचा खेळ होता, असे आज जाणवते. संत परंपरेतील तुकारामाची ही माझी भेट अद्याप जिवंत आहे.

का रे उशीर लावीलास देवा । तुजसाठी करीन एकादशी । राहीन उपाशी ।। हा अभंगही मी ठेवणीचा म्हणून गात असे. तेव्हा मी आस्तिक होतो.

नंतर मात्र मी थेट नास्तिक मार्क्सपर्यंत जाऊन भिडलो. तुकाराम ते मार्क्स या चिंतनप्रवासात अनेक महात्मे भेटले. त्या सर्वांची उलटतपासणी करीत करीत मार्क्सही ओलांडून सर्व महापुरुषांच्या समान केंद्रीय सूत्रांचा स्वीकार करण्यापर्यंत मी आज पोहोचलो.

एम. ए. मराठीच्या वर्गाला संत तुकाराम शिकविण्याची जबाबदारी पार पाडताना कठीण झाले. तुकारामाची कविता पूर्णत: ईश्वरवादी. मी पूर्णत: निरीश्वरवादी! तुकारामाचे वैकुंठप्रयाण भक्तांच्या श्रद्धेचा अवीट विषय. माझ्या दृष्टीत हे अशक्य! तुकारामाचे अभंग इंद्रायणीत बुडाले व नंतर तसेच वर आले,

हा प्रसंगही मला असंभवनीय वाटतो. समोरचा विद्यार्थीवर्ग आस्तिक. त्यांत काही बुद्ध-आंबेडकरवादी.

तुकारामाचे मोठेपण आणि मर्यादांचा शोध चालू होता आणि या शोधात तुकारामाचे सामर्थ्य पुराव्यासह सापडले. तुकारामाचा उपदेशपर अभंग, इहवादासाठी आवश्यक ठरला. रंजल्या गांजल्यांतच देवपण शोधणारा संत-साधू, तुकारामाने वंदनीय-समर्थनीय मानला. सगुण वा निर्गुण देवापेक्षाही प्रत्यक्षातील 'रंजल्या-गांजल्या' माणसाला, प्राण्याला जो 'आपुले' मानतो तोच साधू असतो आणि तोच देव असतो, ही ईश्वराची इहवादाच्या अटींतील व्याख्या, क्रांतिकारक आहे. या व्याख्येनुसार बुद्ध, फुले, आगरकर, आंबेडकर, गांधी हेच साधू आणि देवही ठरतात. कारण त्या सर्वांनी रंजल्या-गांजल्यांची सेवा निष्ठेने केली.

परंतु एका अभंगात संत तुकाराम म्हणाले, "नाम न वदे ज्याची वाचा। तो लेक दो बापाचा" या अभंगाचे विश्लेषण करताना एम. ए. च्या वर्गात माझी तारांबळ उडाली. पण मी सावरलो आणि म्हणालो, "तुकारामाच्या कवितेतील विचारांची आणि खुद्द संत तुकारामाचीच ही मर्यादा ठरावी. कारण हा अभंग तर्कदुष्ट आहे."

ईश्वरी संकीर्तन ज्यांना करायचे त्यांनी जरूर करावे, पण ज्यांना ईश्वर मानावयाचे नाही, त्यांच्यावर सक्ती कशासाठी? विचारस्वातंत्र्यावर व व्यक्ति-स्वातंत्र्यावर हा घाला नव्हे का? ज्याची वाचा देवाचे नाव वदत नाही, तो लेक दोन बापाचा म्हणणे तुकारामाच्या वैचारिकतेचा पराभव आहे. मान्य आहे की हा अभंग विठ्ठलनामाच्या अतिरिक्त श्रद्धेपोटी जन्माला आला आणि लोकांच्या कल्याणाच्या उदात्त हेतूमुळे त्यांनी असा नामसंकीर्तनाचा उपदेश केला. पण या उपदेशाचा हट्ट आणि दुराग्रह एवढ्या टोकाला तुकारामाने का न्यावा?

देवाचे नामसंकीर्तन अनेक लोक करीत नाहीत. आपल्याकडील चार्वाक, बुद्ध परंपरा ही निरीश्वरवादी असल्याने देवाचे नाव घेण्याचा, तेथे प्रश्नच येत नाही. मग हे महापुरुष तुकाराम उक्तीनुसार "दोन बापांचे कसे ठरावेत?" आगरकर अज्ञेयवादी म्हणून त्यांनीही देवाचे नाव घेतले नाही. डॉ. आंबेडकर ते प्रसिद्ध समाजवादी विचारवंत नरहर कुरुंदकर, या जडवादी तत्त्वज्ञान परंपरेत पूर्वसुरी म्हणून व जागतिक स्तरावर मार्क्स आहे आणि आजचा प्रतिनिधी म्हणून खुद्द मी उभा आहे. माझ्या मनाला संत तुकारामाच्या उपरोक्त वाणीमुळे यातना झाल्या. संतांनाही नाक असते आणि नाकात घाण असणारच हे पुन्हा पटले.

आज कलाविश्वात आणि समीक्षेतही भालचंद्र नेमाडे, दि. पु. चित्रे, द.

भि. कुलकर्णी, डॉ. सुधीर रसाळ या विद्वानांनी पुन्हा ''तुकाराम तुकाराम'' असा जप सुरू करूनही, तुकारामाच्या चैतन्यवादी श्रेष्ठत्वापलीकडे नवे मूल्यमापन त्यांना करता आलेले नाही. तुकारामाच्या भूमिकेच्या मर्यादा धाडसाने मांडण्याचा विवेक समीक्षाविश्वात रुजू शकला नाही. डॉ. अ. ना. देशपांडे, प्रा. तुळपुळेंसारख्या जुन्या समीक्षकांपासून आजच्या डॉ. सुहासिनी इर्लेकर, डॉ. सदानंद मोरे यांच्यापर्यंतच्या समीक्षकांच्या पिढ्यांना, संत तुकाराम आकळता आला नाही. ही एकूण समीक्षेचीही शोकान्तिका ठरावी?

आज महाराष्ट्रात बहुजन संघ जोरात आहे. शांताराम पंदेरे, मखराम पवार आणि प्रकाश आंबेडकर यांनी बहुजनांच्या हाती सत्ता यावी म्हणून, बहुजन संघ काढला. या सत्तेच्या राजकारणासाठी बहुजनांना एकत्रित करण्याच्या प्रेरणास्थानांची यादी, तुकारामाच्या नोंदीने अर्थपूर्ण ठरली आहे. वेदान्तवादी संत तुकाराम आणि वेद झुगारणारे फुले-आंबेडकर यांची बहुजनांच्या चौकटीत एकत्र पूजा चालू आहे. यामध्ये सत्यापेक्षा-सत्तेची सोय अधिक आहे काय? या राजकीय विचारवंतांनी सुद्धा, वंदनीय संत तुकारामाच्या ठसठशीत मर्यादा लपवून ठेवल्यात, की त्यांच्या लक्षातच हे आले नाही? सत्तेचे कारस्थान सत्याला परवडू शकत नाही. आंबेडकरवाद्यांनी व काही समाजवाद्यांनी संत वाङ्मयाचे सामर्थ्य दुर्लक्षून तुकारामासह सर्व संत ठोकून काढले आणि चैतन्यवादी भक्तांनी आंधळेपणाने तुकारामासह सर्व संतांचे साहित्य त्यांच्या मर्यादांची वेगळी नोंद न करताच, सामर्थ्य समजूनच पूजिले-गौरविले. दि. पु. चित्रेंसारख्या मान्यवर कवीने, संत तुकारामाची कविता या दोषासह इंग्रजीत नेली. नेमाडे तर तुकाराममयच झाले. 'खेळ मांडियेला', 'आनंद ओवरी' सारख्या कादंबऱ्या, तुकारामावर उभ्या राहिल्या. राजकीय व्यासपीठावरही तुकाराम पोचला.

तुकारामाला पुन्हा उधाण आलेय. कवी, कलावंत, समीक्षक, विचारवंतांना तुकारामाचे आव्हान अद्यापही पेलले नाही. पण तुकारामाचे खरे सामर्थ्य आणि त्याच्या खऱ्या मर्यादांचा हिशोब अद्यापही बाकी आहे.

--*

· १९ ·

मंजुळाबाईची भाकरी आणि जात्यान्ताचा ध्येयवाद

मंजुळाबाई. एका फाटक्या आयुष्याचे संस्मरणीय नाव! विटके पातळ. सडसडीत अंगकाठी. नाक सरळ. चेहऱ्यावर सुरकुत्यांचे जाळे. अनवाणी पाय. मंजुळाबाई दलित होती. मंजुळाबाई गरीब होती. तिचे आडनाव वगैरे मला त्यावेळी माहीत नव्हते. नांदेडच्या पीपल्स कॉलेजला शिकताना मी माझ्या मावशीच्या घरी राहायचो. समोरच्या मळ्यात मंजुळाबाईची झोपडी होती. मावशी तिच्या पतीच्या नोकरीबरोबर स्थलांतर करीत असायची. त्यामुळे नांदेडच्या घराचा मी तात्पुरता मालक. मंजुळाबाई माझ्या आजीप्रमाणे दिसायची. मला अधूनमधून भाकरी करून द्यायची. दलित आणि ब्राह्मण यांमधील अंतर संपवणारी ही आठवण आहे.

एकशे चौदा एकराची जमीनदारी माझ्या घरी असूनही, त्यावेळी वडिलांशी माझे जमत नसल्याने, घरून पैसाही मिळत नव्हता. होट्टलकर देशमुख, बैलकुंडकर देशमुख आणि लाटकर देशपांडे या जवळच्या व जिव्हाळ्याच्या नातलगांनी मला आधार दिला. तरीही सांस्कृतिक कार्यक्रम करून पोट भरणे भाग पडले. मला आठवतं, शेजारच्या भाडेकरू असलेल्या रमेश देशमुख आणि कंपनीच्या डब्यातून मी २-४ वेळा भाकरीचं पीठ चोरलं होतं. परिस्थितीचा हा रगडा, मला गरिबांच्या दु:खाची जाणीव करून देण्यास कारण ठरला.

भाकरीचे दु:ख किती भयानक आहे? म्हणून तर मार्क्सवाद मला भाकरीच्या पूर्ततेसाठी आणि परात्मभावाच्या विलयासाठी आवश्यक वाटतो. आंबेडकर, गांधी, शाहू यांना वंदनीय मानणाऱ्या सर्व गरिबांच्या दु:खाशी मार्क्स इथे संवादी ठरावा!

उच्च शिक्षण घेताना सामान्यांसारखी गोड स्वप्ने मी सुद्धा पाहायचो. छान बायको आणि छान नोकरी, हाच स्वप्नाचा केंद्रबिंदू होता. त्याच्या तपशिलात

अनेक ऋणाचे-जिव्हाळ्याचे धागे होते. मंजुळाबाईची गरिबी पाहून मन खिन्न व्हायचे. पण त्यावेळी मी असमर्थ होतो. आयुष्यात आपण मोठे झाल्यावर मंजुळाबाईला साडी द्यावी, ही भावना त्यावेळी वारंवार उफाळून यायची.

आज रावसाहेब कसबे, डॉ. पानतावणे, दत्ता भगत इ. मान्यवर दलित विचारवंतांच्या विश्वासाला पात्र ठरताना, मंजुळाबाईने खाऊ घातलेली भाकरीच, माझे मूळ अधिष्ठान असल्याचे जाणवते. कारण जातीच्या भिंती तोडून आईच्या मायेने-निष्ठेने, तव्यावरील भाकरीचे चटके सोसून, खाऊ घालणारी मंजुळाबाई माझी निदान त्या क्षणापुरती तरी आईच होती. डॉ. आंबेडकरांच्या अभ्यासाकडे त्यांच्यावरील पीएच. डी. च्या प्रबंधाकडे आणि आज नव-आंबेडकरवादाकडे या टप्प्याने मी वळलो. त्याची मुळं मंजुळाबाईमधील आईमध्ये असावीत.

६ डिसेंबर १९७१ चा दिवस होता. निलंगा तालुक्यातील माझ्या हाडोळी गावी आंबेडकर पुण्यतिथी साजरी करण्यासाठी मी लातूरच्या ॲड. शृंगारे यांना आणले होते. ''पाटलाचं पोर सरकारी आड बाटवणार हाय'' म्हणून गावभर अफवा पसरली. (सबनीस आडनाव. पाटील-वतनदारी) सवर्ण गावकऱ्यांनी हातात काठ्या घेऊन सरकारी आडाला घेराव घातला.

आंबेडकरांच्या मिरवणुकीला दलितही आले नाहीत. दहशतीच्या वातावरणात वडिलांच्या उपस्थितीमुळे कशी तरी सभा पार पडली. खरं तर सरकारी आडाचं पाणी काढण्याची हिंमत गावातल्या दलितांचीही नव्हती व माझीही नव्हती. पण पाणी बाटवणार म्हणून तणाव निर्माण झाला होता.

'भारतीय प्रबोधन आणि नव-आंबेडकरवाद' या माझ्या ग्रंथाच्या द्वारे मी १९९२ मध्ये महाराष्ट्राला एक नवी भूमिका दिली असे म्हटले जाते. परंतु माझ्या गावी सरकारी आडाचे पाणी १९९३ मध्येही मुक्त नाही, याची खंत आहे. मी इथे पराभूत आहे.

एम. ए. ला मी प्रथम श्रेणीत पास होईन या आत्मविश्वासाने वृत्तपत्रात निकाल पाहताना, 'पास क्लास' मध्येही माझा नंबर मिळाला नव्हता. आयुष्यात प्रथमच नापास झाल्याचे दुःख पचवणे अवघड झाले. आत्महत्येचा विचारही तरळून गेला. प्रा. दत्ता भगतांनी मला तेव्हा सावरले. पुरणाची पोळी खाऊ घालून मला दिलासा दिला. पुढच्या परीक्षेत मी मराठवाडा विद्यापीठात मेरिटमध्ये दुसरा आलो. या सुखदुःखात माझ्या जातीच्या व नातेवाईक असलेल्या माणसांपेक्षा, इतरांनी मला आधार दिला. या प्रवासात अटळपणे माझी जात-जाणीव गळून पडली.

नव-आंबेडकरवादाची माझी मांडणी या विविध प्रत्यक्षानुभवांतून सिद्ध झाली. नव-आंबेडकरवाद नव्या मार्क्सशी, नव्या गांधींशी व नव्या आगरकरांशी विरोधी नाही, या वैचारिक सूत्रावरील भूमिका आज पारंपरिक दलित मानसिकतेला पटणारी नाही. पण बुद्धिवाद्यांना या नव्या भूमिकेचे आकलन होते आहे. प्रा. शेषराव मोरे या विचारवंताने माझ्या भूमिकेचे मुक्तपणे स्वागत केले.

'नव-आंबेडकरवाद' वरील माझे पुस्तक आवडल्याची अनेक पत्रे आली. त्यांत दलितांची पत्रे अधिक आहेत.

दलित राजकारणी आणि विचारवंत मात्र अद्याप तरी यावर गप्प आहेत. त्यांना ही नवी भूमिका नाकारणेही कठीण आणि स्वीकारणेही कठीण, अशी कोंडी साधारणत: दिसते.

मी मात्र ब्राह्मणविरोधी म्हणून ब्राह्मणांनी 'टाकलेला' आणि जात ब्राह्मणाची म्हणून दलितांनीही 'टाकलेला'! माझी सुद्धा कोंडीच!!

जातीच्या चौकटीत महापुरुषांना बंदिस्त करून स्वत:च्या क्षुद्र राजकारणाचे झेंडे मिरविणारे सर्वच चळवळींतील जातीवादी अनुयायी, त्यांच्याच दैवतांचा पराभव करीत नाहीत का?

मंजुळाबाईच्या 'आईपणाचा' माझा प्रत्यय, मला जातिअंताचे अधिष्ठान वाटते. मी आज स्वप्नाप्रमाणे मोठा झालोय. पण साडी घेण्यासाठी आई-मंजुळा आज नाही! तिचे अस्तित्वच शोधापलीकडचे!

--*

.२०.

कॉ. डांगे आणि 'लाल निशाण'च्या छावणीत !

११४ एकर जमिनीची जमीनदारी सोडून, वडिलांशी भांडण करून नोव्हेंबर १९७३ मध्ये मी मुंबई गाठली. अंगावरचे कपडे, गाण्याच्या वह्या आणि २०० रुपये एवढेच भांडवल सोबत होते. कॉ. माणिक जाधवांच्या सल्ल्यानुसार लाल निशाण पक्षाचे पुण्यातील एक शिबिर मी पूर्ण केले. त्या शिबिरात गरिबांच्या कैवाराची गाणी गायिली. कम्युनिस्टांचे तत्त्वज्ञान मला पूर्णपणे तेव्हा आकळत नव्हते. त्यापूर्वी तर मी 'अॅन्टीकम्युनिस्ट'च होतो. परंतु नियतीने मला लाल निशाण पक्षाच्या गोतावळ्यात आणले. श्रीमंत आणि गरिबांच्या संघर्षाचे शास्त्रीय स्वरूप मला स्थूलपणे आता समजत होते. दुःखी, गरीब माणसांबद्दलचा उपजत कळवळा मला पूर्वीपासूनच होता.

भिकाऱ्याच्या मोठ्या मुलीने तिच्या लहान भावाच्या उघड्या अंगावर मारल्याचे पाहून मी ढसाढसा रडलो होतो. तेव्हा मी मॅट्रिकला होतो. एक म्हातारी भिकारीण रखडत जाताना मी पाहिली आणि पळत घरी जाऊन, असलेले चिल्लर पैसे व भाकरी आणून तिच्या पुढ्यात ठेवल्याचा प्रसंगही लातूरमध्ये घडल्याचे आठवते. त्या डोळ्यातील पाण्याच्या धारा आजही दिसताहेत. त्या म्हातारीचा चेहरा माझ्या आजीसारखा होता, म्हणून मला अधिक दुःख झाले असावे का? माझ्या भाकरीचे आणि रुपयाभराच्या चिल्लरने, त्या म्हाताऱ्या भिकारणीचे आयुष्य सावरणार नव्हतेच. एक दिवसाचा एक वेळचा प्रश्न सुटला. पण नंतर काय? उत्तर तेव्हा माझ्याकडे नव्हते, आजही नाही.

या भूतदयावादी मानवतावादाचेही एक मूल्य आणि एक विधायक योगदान आहेच. समाजवादी क्रांती होईल तेव्हा होवो बिचारी! क्रांती होईपर्यंत भिकाऱ्यांनी, दारिद्री वृद्धानी काय खावे? त्या वेळचा माझा मानवतावाद, ज्ञानेश्वरांनी सांगितल्याप्रमाणे, 'जो जे वांछील तो ते लाहो । प्राणिजात' या स्वरूपाचा होता.

कॉ. डांगे आणि 'लाल निशाण'च्या छावणीत! / ८९

समाजवादी व साम्यवादी याला भोंगळ मानवतावाद मानतात. शास्त्रीय समाजवाद हाच अस्सल मानवतावादाला न्याय देतो, हा सिद्धान्त कम्युनिस्टांच्या सहवासात मला समजून आला.

एस. के. लिमये हे लाल निशाण पक्षाचे प्रवर्तक! माझ्या क्रांतिवादी गीतांना, या तपस्वी कम्युनिस्ट महर्षीने रसिकतेने दाद दिली. माझ्यासाठी खास व्यवस्था केली. मुंबईच्या 'श्रमिक' या लाल निशाणच्या 'कम्युन' मधील कॉ. दत्ता देशमुख यांच्या रूममध्ये माझी दुसरी कॉट होती. कॉ. देशमुखांना गादी, मला सतरंजी, हा फरक सिनियर-ज्युनियर म्हणून कदाचित असावा. पण रुबाब होता. मजा होती.

दत्तांच्या व माझ्या कॉटच्या मधल्या जागेत लक्ष्मण मेस्त्री हे वयस्क कार्यकर्ते सतरंजी टाकून झोपायचे. गेट मिटिंगला ते साध्या वाहनाने जायचे. आमचे कलापथक जीपमध्ये जायचे. गाण्यांनी श्रोते रंगले की, कॉ. यशवंत चव्हाण व कॉ. दत्ता देशमुख यांची सभा सुरू व्हायची. लक्ष्मण मिस्त्री सामान्यांचे जीवन जगताना, अपघातात मृत्यू पावल्याची वार्ता मला उशिरा कळली तेव्हा अधिक दु:ख झाले. प्रामाणिक कार्यकर्त्याचा मृत्यू काळजाला भिडला. मी पलंगावर व कॉ. लक्ष्मण मेस्त्री खालच्या फरशीवर झोपताना, मला खंत वाटायची. पण मी भाबडा नव्हतो. व्यवहारातील बेशरमी माझ्यातही असावीच! या कम्युनिस्टांचा त्याग, त्यांचा अभ्यास आणि मार्क्सच्या क्रांतिवादी तत्त्वज्ञानावरील त्यांची प्रामाणिक श्रद्धा, मला तेव्हा आणि आजही वंदनीय वाटते. पण माझी स्वतंत्र प्रवृत्ती व मोकळा ढाकळा पिंड, लाल निशाणच्या बंधनात मावणारा नव्हता.

माझा संपर्क त्याच गल्लीमागे राहणाऱ्या कॉ. श्रीपाद अमृत डांगे यांच्याशी वाढला. अनिल बर्वे या नक्षलवाद्याच्या एक-दोन भेटी, लाल निशाणाच्या प्रमुखांना समजल्या. 'कम्युन' मधील माझे मुक्त खाणेही त्यांना खटकत असावे. शिवाय मी जमीनदाराचा मुलगा म्हणूनही संशय असावाच! कॉ. डांगे आणि रोझा देशपांडे यांच्या सल्ल्याने मी लाल निशाण सोडले. आता मुक्काम कॉ. डांगे यांच्या घरीच राहिला. आंतरराष्ट्रीय कीर्तीच्या या नेत्याचे जीवन व व्यवहार, अगदी जवळून पाहिले. उषाताई डांगे यांची थोडी सेवाही केली. रोझा देशपांडेंचा निवडणुकीत प्रचारही केला. उशिरा लक्षात आले की, आपणास लाल निशाण पक्षातून नकळत फोडले गेले आहे. फोडाफोडीचे हे राजकारण!!

जगातल्या सर्व कामगारांचे ऐक्य घोषित करणाऱ्या कम्युनिस्टांच्या दोन गटांतील मतभेद, किती विषारी असतात याचा मी अनुभव घेतला होता. कॉ.

डांग्यांच्या घरातील आचारी, माझ्या बेसुमार चपात्या खाण्यामुळे वैतागला होता. मी कॉ. डांगे यांचा प्रेमाने निरोप घेतला त्या वेळीही कम्युनिझम मला अपील झाला नव्हता.

शहाद्याच्या श्रमिक संघटनेचे तरुण कार्यकर्ते, कुमार शिराळकर, प्रकाश सामंत, अशोक मनोहर,बाहरू सोनवणे ही मंडळी जेव्हा मी जवळून अनुभवली, तेव्हा खरेखुरे कम्युनिस्ट गवसल्याचे जाणवले. त्यागमय आयुष्य पेलताना, आदिवासींच्या दुःख, दारिद्र्याचा कैवार घेऊन, अन्यायाचा सामना करणारी श्रमिकांची चळवळ, माझ्या मनाला भावली. आदिवासींच्या मोर्चात मला मार्क्स, गांधी, आंबेडकर दिसला आणि पटले की क्रांती झालीच पाहिजे. प्रश्न पडला, क्रांतीच्या वाटा किती आणि कोणत्या? मी उभा आहे क्रांतिवादी सर्व प्रवाहांच्या मध्यात, कोणत्याही एका महापुरुषाकडे बुद्धी गहाण न टाकता, सामान्यांची मुक्ती डोळ्यांत जपत!!

--*

.२१.

डॉ. श्रीराम लागू–नाना पाटेकर : मखमली आठवणी

१९८६ चा प्रसंग असावा. रात्रीच्या ११ वाजता नाना पाटेकर आणि कुमार शिराळकर हे दोन्ही मित्र घरी आले. नाना तेव्हा चित्रपटात नुकतीच कामे करीत होता. अद्याप नाव व्हायचे होते. मी स्वयंपाकासाठी पत्नीला झोपेतून उठवत होतो. नाना म्हणाला, ''झोपू दे त्यांना. आपण जेवण तयार करू.'' आणि खरंच पिठलं आणि पोळ्या स्वत: नाना पाटेकरने तयार केल्या. आम्ही मदत केली. गप्पा मारत जेवण केले.

उन्हाळ्याचे दिवस. घरात गादी आणि सतरंज्या मोजक्या! मुले आणि पत्नी झोपलेली. अंथरुणाची अडचण. मी दाराचा पडदा काढून कम्पाऊंडमधील वाळूवर टाकला. नाना पाटेकर त्यावर झोपला. सकाळी उठल्यावर या कलावंत मित्राने आम्हा कुटुंबीयांना अनेक किस्से सांगून खूप हसविले. नाना पाटेकरमधील हा सामान्य 'नाना', माझ्या काळजात आजही कोरलेला आहे. नंतर नाना कीर्तिमान नट झाला. त्याचे चित्रपट पाहताना मला अभिमान वाटतो.

एकदा पुण्यात गेलो तेव्हा नानाचे 'पुरुष' नाटक पाहिले. मी तिकीट काढल्याने तो रागावल्याचे आठवते.

आणखी एक आठवण! एक धुळेकर नानाला कुठे मुंबईत भेटला. माझ्याबद्दल आणि कुमारबद्दल नाना खूप प्रेमळपणे बोलला आणि त्याने एका कागदाच्या चिटोऱ्यावर मला पत्र लिहिले. मजकूर होता–

'प्रिय श्री आणि कुमार, भडव्याहो, पत्र लिहा ना!

– नाना पाटेकर'

एका अभिजात, असामान्य कलावंतामधील दडलेला सामान्य-प्रेमळ माणूस किती अस्सल आहे, याचा अनुभव आयुष्याची कमाई ठरावी!

आणखी एका श्रेष्ठ कलावंताची घरगुती आठवण मनात रुजून बसली

आहे. अंधश्रद्धा निर्मूलन समितीच्या वतीने डॉ. श्रीराम लागू आणि डॉ. नरेंद्र दाभोळकर यांच्या वादसंवादाचा खानदेश दौरा, अगदी अलीकडेच पार पडला. त्या दौऱ्यात या दोन्ही व्यक्तींची प्रगट मुलाखत घेण्याची जबाबदारी समितीने माझ्यावर सोपवली. अंमळनेर आणि चाळीसगावाला मी डॉ. श्रीराम लागू आणि डॉ. दाभोळकरांच्या प्रगट मुलाखती घेतल्या. दाभोळकरांनी अगोदरच काही प्रश्न समितीकडे पाठवले होते. मी ते संपूर्ण प्रश्न बाजूला ठेवले आणि नवे प्रश्न ऐनवेळी विचारले. मुलाखत उत्स्फूर्त झाली. दाभोळकरांच्या दृष्टीने 'परस्परांवर कुरघोडी करण्याचा प्रयत्न झाला' पण श्रोत्यांना ही जिवंत मुलाखत आवडली. डॉ. श्रीराम लागूंनीही अत्यंत सखोल चिंतनाची उत्तरे दिली. या दौऱ्यात दुपारचे एक जेवण माझ्याकडे होते. डॉ. लागू घरी येणार म्हणून साफसफाई अधिक केली होती. घरात उत्साह होता. भांडी घासणारी 'नंदा' ही गरीब, आदिवासी मुलगी, सिनेमा नट समोर पाहायला मिळणार म्हणून आनंदात होती. माझ्या मुलीने फोटो काढायचे ठरविले होते. भांडीवाली नंदानेही डॉ. लागूंसोबत फोटो काढण्याची इच्छा माझ्याजवळ व्यक्त केली.

पाहुणे आले. सर्व उपचार संपल्यावर मी डॉ. श्रीराम लागू यांना भांडीवाल्या नंदाची इच्छा सांगितली. त्यांनी विनाविलंब होकार दिला.

डॉ. श्रीराम लागू आणि एक गरीब, अतिसामान्य मुलगी नंदा यांचा फोटो काढला. श्रेष्ठ कलावंताचे मन त्यांच्या चेहऱ्यावर समाधानाचे प्रतिबिंब लेवून अवतरले होते. तर नंदाच्या मनातला आनंद तिच्या चेहऱ्यावरून ओघळून वाहत होता. तिच्या आयुष्यात आनंद निर्माण केल्याचे समाधान माझ्यात दाटले होते. भांडीवाली नंदा, या चिमुरड्या मुलीसोबत डॉ. श्रीराम लागू यांनी काढलेला फोटो, त्यांच्या आयुष्याचे खास भूषण ठरावा! कारण अतिसामान्यांच्या सुखदुःखात रमणारा कलावंत हाच श्रेष्ठ कलावंत असतो अशी माझी धारणा आहे.

पुण्याच्या टिळक स्मारक मंदिरातील ३१ मार्च ९२ च्या माझ्या पुस्तक प्रकाशन सोहळ्याच्या अध्यक्षीय भाषणात, निरीश्वरवादाची पूर्वअट प्रबोधनाला घालणारे विचारवंत डॉ. श्रीराम लागू आणि नंदाच्या सोबत फोटो देण्यात आनंद मानणारे डॉ. श्रीराम लागू या दोन्हीमधील संवाद मला अधिक भावला.

माणसावरची श्रद्धा आणि गरीब, अतिसामान्यांच्या सुखदुःखांची जाणीव, हेच कला, संस्कृती, तत्त्वज्ञान, शास्त्र यांचे अधिष्ठान असल्याचा सार्थ विश्वास, मला पुन्हा गवसला! डॉ. श्रीराम लागू आणि नाना पाटेकर यांच्या या आठवणी म्हणूनच मला मोलाच्या वाटतात. काळजाच्या कुपीत त्या कायम आहेत.

--*

.२२.

नानासाहेब गोरे यांचा स्नेहबंध

मृत्यूबरोबरच शत्रुत्व संपते–निदान संपवावे–असा चांगला संकेत रूढ आहे. परंतु मृत्यूपूर्वी ज्यांनी फारसा प्रगट विरोध केला नाही, त्या 'सामना' च्या संपादकांनी ना. ग. गोरे यांच्या मृत्यूनंतर लगेचच, 'ढोंगाला श्रद्धांजली नाही' हा अग्रलेख लिहून बौद्धिक हीनतेचे जाहीर प्रगटन केले. शिवसेनेला शिव्या देण्याचा भयंकर गुन्हा नानासाहेब गोरे यांनी केला होता. त्याबद्दल त्यांच्या मृत्यूनंतर त्यांना अग्रलेखाची शिक्षा 'सामना'- कारांनी ठोठावली. सनातनी धर्ममार्तंडांच्या विरोधात नानासाहेब जाहीरपणे बोलले, झगडले. या त्यांच्या कृतीबद्दल त्यांना अनेकांनी दूषणे देऊन 'सामाना'ने त्यांना शिव्या घातल्या. 'नान्या गोरे' म्हणून हिणवण्यापर्यंत त्यांची मजल गेली. विचारांच्या निष्ठा प्रतिकूल अवस्थेतही कायम टिकवताना, किंमत मोजावीच लागते. नानासाहेबांनी जिवंत असताना आणि मृत्यूनंतरही त्यांच्या वैचारिक भूमिकेची किंमत मोजली आहे. निरीश्वरवाद, सेक्युलॅरिझम, समता, बंधुत्व, सामाजिक न्याय, इहवाद या मूल्यांच्या प्रसारासाठी, नानासाहेबांनी आयुष्य खर्ची घातले. एका अर्थाने गोपाळ गणेश आगरकर यांच्या बुद्धिप्रामाण्यवादी परंपरेचाच समर्थ वारसा, ना. ग. गोरे यांनी सांभाळला. 'सामना' च्या संपादकांनी नानासाहेबांच्या भौतिकवादी भूमिकेविरुद्ध, तात्त्विक प्रतिवाद करून आपली हिंदुत्ववादी निष्ठा सिद्ध केली असती, तर वैचारिक विश्वात त्याचे स्वागत व्हायला हरकत नव्हती. पण मरण पावलेल्या माणसाचे संपूर्ण कर्तृत्व 'ढोंग' या शब्दाच्या कैदेत डांबून श्रद्धांजली नाकारण्याचा पराक्रम करणे, हे दांभिकतेपेक्षाही भयानक आणि अमानुष आहे. ना. ग. गोरे यांच्या भूमिकेविषयीचे मतभेद आपण जरूर समजून घेऊ या. पण त्यांच्यातला संपूर्ण माणूसच प्रत्येक क्षणाला 'ढोंगी' पणानेच वागला, या गैरसमजाचे निराकरण कोण आणि कसे करणार? मतभेद झाले की लगेच अमुक व्यक्ती 'ढोंगी' असल्याचा साक्षात्कार,

अनेकांना होतो. आरोप करणाऱ्याची ही शुद्ध फसवणूक आहे.

श्रद्धांजली वाहण्याची कोणी सक्ती करीत नसते. श्रद्धाच नसेल तर श्रद्धांजली वाहण्याचे कारणही नसावे. पण श्रद्धांजली वाहण्यास नकार देणे आणि 'ढोंगा'चा आरोप मृत्यूनंतर करणे, ही प्रवृत्ती शुद्ध धर्माच्याही संस्कारांचा देखील भाग नव्हे!

'ताओ ते चिंग' हे ना. ग. गोरे यांचे एक पुस्तक त्यांनी मला सप्रेम भेट देऊन मला त्यावर परीक्षण लिहिण्याचे सुचविले होते. मी परिश्रमपूर्वक या पुस्तकाचे मूल्यमापन करून प्रदीर्घ असा माझा समीक्षा लेख त्यांच्याकडे अभिप्रायासाठी पाठवला. ५-६ महिन्यानंतरही त्यांचे उत्तर येईना. मी पत्र पाठवले. पण अभिप्राय आलाच नाही. काही मोठ्या माणसांना त्यांच्या मर्यादा दाखवण्याचे आवडत नसावे! या समीक्षालेखात नानासाहेबांच्या प्रस्तावनेबाबत आणि अनुवादाबाबत मी काही उणिवा नोंदल्या होत्या. त्यांच्या तर्कशुद्ध आणि इहवादी भूमिकेचा सार्थ गौरव सविस्तर करूनही काही मतभेदाचे मुद्दे, या लेखात मी मांडले होते. हे मतभेद नानासाहेबांना रुचले नाहीत का? एक शंका मनात घर करून आहे.

समाजवादी विचारसरणी उभ्या महाराष्ट्राला शिकविण्यात नानासाहेबांची हयात गेली. डाव्या चळवळींचे सर्व प्रवाह, विविध कारणांनी चक्रात सापडलेले असतानाच्या अवस्थेत, ना. ग. गोरे यांच्यासारख्या मान्यवरांनी प्रबोधनाचे कार्य चालूच ठेवले. शंभर टक्के अस्तिकवादी असलेल्या समाजाला, नास्तिकवादाचे डोस पाजणे सोपे नसते. त्याचप्रमाणे सत्याच्या अटीमध्येच जीवन जगत राहणे, हे सुद्धा कठीणच असते. नानासाहेबांनी 'सत्या'ची कास सोडली नाही. सत्तेच्या राजकारणाला बळी न पडता, राजकारण्यांना धारेवर धरण्याचे धाडस त्यांनी अनेक प्रसंगी दाखवले.

९ ऑगस्ट ९२ च्या क्रांतिदिनाच्या सोहळ्याचे थेट प्रक्षेपण दूरदर्शनवरून पाहताना एक गोष्ट लक्षात आली की, पंतप्रधानांच्या गोतावळ्याबरोबर व्यासपीठ रिकामे झाले आणि ना. ग. गोरे एकटेच उरले. वयाने थकलेल्या या निष्ठावंत समाजवादी राष्ट्रभक्ताला बोलण्यासाठी, आधार देण्यासाठी कार्यक्रमानंतर एकही कार्यकर्ता धावू नये? सत्तेच्या साठमारीत रस घेणाऱ्यांना, 'सत्या'च्या वाटेवरील तपस्वी कसा दिसावा? या सोहळ्यात नानासाहेबांनी गरीब कष्टकऱ्यांच्या, स्त्रियांच्या, दलितांच्या उद्धारासाठी हे स्वातंत्र्य उपयोगात आले नाही, याची खंत मांडली होती. पंतप्रधान पी. व्ही. नरसिंह राव यांच्या प्रमुख उपस्थितीत नानासाहेबांनी सरकारवर परखड टीका केली होती.

सत्ताधाऱ्यांवर अंकुश ठेवणारी माणसं ज्या समाजात अधिक असतात,

त्या समाजाला उज्ज्वल भविष्याची हमी ठामपणे देता येते. ना. ग. गोरे गेले आणि एक समर्थ अंकुशधारी संपला.

समाजवादी लोकांना 'अर्धवट' किंवा 'बुळे' वगैरे संबोधनांनी हिणवणारी टीका मी सतत ऐकत आलोय. कम्युनिस्टांच्या गोटात समाजवाद्यांची टिंगलटवाळी जेवढी चालते, तेवढीच उजव्या सनातन्यांच्या गटातही चालते. या दोन्ही टोकांच्या मधल्या जागेवर समाजवादी मंडळी वावरतात. साम्यवाद आपोआप येणार नाहीच! समाजवाद पचवूनच साम्यवादाला सामोरे जाता येणे शक्य असेल तर समाजवाद्यांची शोकांतिका कितीही होऊ दे, त्यांचे योगदान अमान्य करता येणार नाही. मराठी माणसाला परिवर्तनाच्या लढाईत आणून त्याला लोकशाही मूल्यांच्या विजयासाठी, शांततेच्या मार्गाने संघर्षरत ठेवण्याचा प्रयत्न समाजवाद्यांनीच केला. इतिहासातल्या या नोंदीत नानासाहेबांचे निर्णायक व मोलाचे कर्तृत्व साठलेले आहे.

माझ्या 'उगवतीचा क्रांतिसूर्य' या डॉ. आंबेडकरांच्या कर्तृत्वाचे मूल्यमापन करणाऱ्या ग्रंथाला, प्रस्तावना लिहिण्याची विनंती मी नानासाहेबांना केली होती. त्यांचे उत्तर आले. त्यात ''तुमचे तारीख नसलेले पत्र मिळाले'' ही पहिलीच ओळ होती. मी मोकळा-ढाकळा माणूस! नानासाहेबांच्या या ओळीने मला नाराज केले. एवढ्या मोठ्या माणसाने तारखेचा नगण्य मुद्दा महत्त्वाचा का मानावा मला कळेना. प्रस्तावना लिहिण्याचे त्यांनी मान्य केले. मला धास्ती होती. भेटण्यासाठी माझे एक प्राचार्य मित्र त्यांच्याकडे गेले असता, नानासाहेबांनी त्यांना दुपारच्या विश्रांतीच्या वेळी आल्याबद्दल खूप झापले. ही कथा ऐकून मी संतापलो. 'पुस्तकाची प्रस्तावना गेली खड्ड्यात' म्हणून त्यांना उपरोधिकपणे पत्र पाठवले. पण नानासाहेबांनी माझ्या पुस्तकाला सविस्तर आणि समर्थ प्रस्तावना देऊन माझ्या व्यासंगाचे, भूमिकेचे मुक्तपणे कौतुक केले. मी सहकुटुंब त्यांना भेटायला गेलो. तेव्हा, ते पायाच्या दुखण्याने आजारीच होते. भेटीत समजले– नानासाहेबांनी ही प्रस्तावना अक्षरश: आडवे पडून लिहिली होती. पहिल्या पिढीतील या तपस्वी समाजवाद्याचा आशीर्वाद घेऊन मी धन्यता मानली. परंपरावाद्यांनी आणि क्रांतिवाद्यांनीही उपेक्षा केलेली, महाराष्ट्रातली आगरकरांची, समता-स्वातंत्र्याचे सर्व प्रहार कवेत घेणारी बुद्धिप्रामाण्यवादी परंपरा, माझ्या पिढीपर्यंत आणून सोडण्याचे काम नानासाहेब गोरे यांनी केले. या साऱ्याच पार्श्वभूमीवर 'सामना' कारांनी मरणानंतर केलेला 'सामना' बौद्धिक हीनतेचा आणि मानवतेच्या द्रोहाचा ऐतिहासिक दस्तऐवज ठरावा!

--*

.२३.

प्रा. ग. प्र. प्रधानांचे संतत्व आणि माझा 'पाळणा!'

ग. प्र. प्रधान या नावात सात्त्विकता, नम्रता आणि विद्धत्ता यांचा मनोहर संगम आहे. सतत विलसणारे निरागस हास्य, लहान मुलाची निष्पाप वृत्ती, ओसंडून वाहणारा जिव्हाळा असं हे सर्व सूज्ञांना वंदनीय असणारं व्यक्तिमत्त्व!

साहित्यकारण, समाजकारण, राजकारण अशा विविध क्षेत्रांत आयुष्य खर्ची घालताना, प्रधान सरांच्या समाजवादी निष्ठा कधीच बोथट झाल्या नाहीत. त्यांचे संतत्व कायम आहे.

समाजवादाची भाषा कम्युनिस्टांपासून भाजपपर्यंतच्या सर्व राजकारण्यांनी उचलली. या रणधुमाळीत समाजवादाचं खोबरं झालं. समाजवादाला वाईट दिवस आले. खुद्द समाजवादी पक्षातही काही दोष शिरलेच. या सर्व कारणांनी समाजवादी पक्षाची वाताहत झाली. पण ना. ग. गोरे, प्रा. ग. प्र. प्रधान, मधु लिमये, बापू काळदाते, श्री. यदुनाथ थत्ते यांसारखी ध्येयवेडी माणसं, या प्रवाहात आपल्या अविचल निष्ठा घेऊन उभी राहिली. समाजवादी समाजरचना निर्माण झाल्यानंतर, त्या व्यवस्थेतील नवा माणूस कसा आणि किती प्रगल्भ असेल याचे कोडे प्रधान मास्तरांच्याकडे निर्देश करून सोडवता येते.

माझ्या 'भारतीय प्रबोधन' या ग्रंथाला प्रा. प्रधान यांनी मतभेद असणारी प्रस्तावना लिहिली. वास्तविक प्रस्तावनेच्या विरोधात पुन्हा लेखकाने काही खुलासा करू नये, असा संकेत आहे. परंतु 'सत्या'च्या निमित्ताने मी हा संकेत मोडला आणि प्रधान सरांनी दिलेल्या प्रस्तावनेतील काही वैचारिक मुद्यांचा प्रतिवाद केला. या प्रकाराने कोणताही विद्वान दुखावलाच गेला असता. परंतु प्रधान सरांनी माझी ही कृती पोटात घातली. एवढेच नव्हे, तर माझ्या वैचारिक विश्वातील नव्या भूमिकेचे स्वागत करून वादग्रस्त मांडणीची महती सांगितली. विचारांचे आणि अभ्यासकांचे मूल्य ओळखून त्यांना न्याय देणारी माणसं आज कमी आहेत.

विचारविश्वातही करंट्या विद्वानांचा सुळसुळाट वाढला आहे. या पार्श्वभूमीवर प्रा. प्रधान यांचे संवेदनशील मन आणि त्यांचा उदार बुद्धिवाद मला मोलाचा वाटतो. माझ्यासारख्या तरुण चिंतकाला त्यांनी डोळसपणे स्वीकारले, कुरवाळले हा कायम आनंदाचा ठेवा आहे.

प्रा. प्रधानांची पहिली भेट- एका मोठ्या पण गोड, मधाळ माणसाची भेट म्हणून कायम स्मरणात राहणारी आहे. अगदी आकस्मित, परिचय नसताना मी आणि ललिता पुण्यातील त्यांच्या घरी गेलो. १९९१ ची दिवाळीची सुटी असावी. जणू पूर्वपरिचयाचे, जिव्हाळ्याचेच आम्ही आहोत असे स्वागत प्रधान सरांनी केले. स्वतःच्या हाताने चहा आणून देणारा हा समाजवादी तपस्वी, पूर्वी विरोधी पक्षनेता होता हे मनाला पटवताना, प्रधान सरांचे मोठेपण अंतःकरणात कोरले जात होते.

नेहरू शर्ट, पायजमा हा वेष, बोलण्यात सहजता-अकृत्रिमता, कुरुंदकरांच्या बुद्धिमत्तेचं विनासंकोच कौतुक! स्वतःकडे बौद्धिक लहानपण घेऊन हा कुरुंदकरगौरव ऐकताना, या माणसातील प्रामाणिकपणा मी टिपत होतो. लगबगीने प्रधान सर त्यांची माडी उतरून खाली गेले आणि आमच्या स्नेहलसाठी त्यांनी केळी आणली. मुलांच्याविषयी केवळ मनात प्रेम न ठेवता, ते खाऊच्या माध्यमातून प्रगट करणारा हा मानवतावादी संत, मला या संदर्भातही खूप भावला. नानासाहेब गोरे यांनीही स्वतःच्या हाताने मुलीला बिस्किट दिले, तेव्हा त्यांच्या तुसडेपणाबद्दलचा ऐकलेला लौकिक कमी झाला होता. प्रश्न बिस्किट आणि केळयाचा नाहीच! तुम्ही ज्या तत्त्वज्ञानाचा उच्चार करता, त्याचे प्रत्यंतर घडविणारी कृतिशीलता तुमच्यात किती आहे? माणसाने मोठ्या माणसाच्या मनाची लांबी आणि रुंदी तपासलीच पाहिजे. खेड्यापाड्यांतील सामान्य माणूस विद्वान नसेलही, पण तो तहानलेल्या माणसाला पाणी पाजतो. भुकेल्या माणसाला ताटातील अर्धी भाकर देतो. मानवतावादी संस्कृती इथेच आहे. भले त्या खेडुताने संस्कृतीवरचे चार ग्रंथ वाचलेले नसतील!

प्रा. प्रधान शहरी संस्कृतीत राहिले. पण त्यांच्या प्रेमाचा झरा सर्वसामान्य माणसाच्या दुःखापर्यंत जरूर भिडला. माझ्या 'उगवतीचा क्रांतिसूर्य' या पुस्तकाचे प्रकाशन कुलगुरु डॉ. एन. के. ठाकरे यांच्या अध्यक्षतेखाली आणि प्रधानांच्या शुभहस्ते जळगावी झाले. तेव्हा प्रधान सरांना भेटणारी सामान्य माणसं प्रेमाने भरभरून बोलत होती. नेता आणि जनता यांमधील अंतर संपल्याचे मी अनुभवत होतो. लोकशाहीमधील गल्लीबोळात आज पावसाळी छत्रीसारखे उगवलेले पुढाऱ्यांचे

पीक मी पाहतो आहे.

मानवी समाजाच्या नवनिर्मितीसाठीच 'साधना' उभी आहे. वार्धक्यातही सचोटीने आणि कष्टाने या दैवताची पूजा चालू ठेवणाऱ्यांत प्रधान सर आघाडीवर आहेत. माझ्यावर काहीसा अस्पष्ट पण मार्क्सवादाचा शिक्का! तरीही समाजवादी 'साधने'त माझे वैचारिक लेखन अनेक विशेषांकासह प्रसिद्ध झाले, याचे श्रेय प्रा. प्रधान यांचेच! मला आठवतं 'गांधी आणि आंबेडकर' यांच्या संदर्भात लेख पाठविण्याबद्दल प्रधान सरांची तार आली होती. ही तार घेऊन मी आनंदाच्या बेहोषीत माझे मित्र प्रा. बोकरे, डॉ. जोशी इत्यादींना दाखवत फिरलो. जवळच्या माणसांना अशा वेळीच आपली किंमत कळते. या बातमीने द्वेषाने पछाडलेले बायकी वृत्तीचे विरोधकही प्रभावित झाले. प्रधान सरांच्या पत्रात मला 'प्रिय मित्र' असे संबोधन असते, ही वास्तवता माझ्या विरोधकांना समजली तर? अर्थात या मुद्यावर प्रा. प्रधान यांच्याच मनाची उंची सिद्ध होणारी आहे.

'साधना' समाजवादी! सरदार वल्लभभाई पटेल समाजवादविरोधी! पटेलांच्या संस्मरणार्थ 'साधने'चा विशेषांक प्रसिद्ध झाला. माझा त्यात एक लेख आहे.

३१ मे १९९२ ची सायंकाळ! पुण्याच्या टिळक स्मारक मंदिरात हजार-अकराशे श्रोते विराजमान होते. डॉ. श्रीराम लागू, वसंत कानिटकर, डॉ. य. दि. फडके, रमेश मंत्री इ. मान्यवरांच्या उपस्थितीत दिलीपराज प्रकाशन संस्थेने प्रसिद्ध केलेल्या माझ्या 'भारतीय प्रबोधन आणि नव-आंबेडकरवाद' या ग्रंथाचे प्रकाशन प्रा. प्रधान यांच्या हस्ते झाले. डॉ. लागू आणि प्रा. प्रधान यांनी माझ्या वैचारिक भूमिकेचे मुक्तपणे स्वागत केले. वस्तुनिष्ठ चिंतनाचा गौरव केला. डॉ. यु. म. पठाण, के. र. शिरवाडकर, डॉ. भालचंद्र फडके, गिरिजा कीर अशी असंख्य मान्यवर मंडळी, श्रोत्यांत हजर होती. या सर्वांच्या साक्षीने प्रधान सरांनी महाराष्ट्रातील 'नवा विचारवंत' म्हणून माझा पाळणा हलवला.

नेता, कार्यकर्ता, द्रष्टा, विचारवंत या सर्व भूमिकांमधील सच्चेपणाचा अर्क पचविणाऱ्या प्रधानसरांचा आशीर्वाद हेच माझ्या आयुष्याचे भूषण मी का मानू नये?

--*

.२४.

अंजिठ्यातील बुद्धाची आठवण देणारा स्नेही

बऱ्याच वर्षांपूर्वी रत्नाकर वाघ या दलित विद्यार्थ्याने एक ब्राह्मण मुलगी पळवून आणली. अर्थात दोघांनीही लग्नाचा निर्णय घेतला होता. पुणे विद्यापीठाच्या परिसरातील बौद्ध विहारात, या दलित व ब्राह्मण जातीतील प्रेमी युगुलाचे लग्न लागले. मी त्याचा एक साक्षीदार! या आंतरजातीय विवाहाचे संयोजन प्रा. विलास वाघांनी केले होते. त्यांचे स्वत:चेही ब्राह्मण जातीतीलच उषाताईंशी लग्न झालेले होते. त्या वेळेपासून या जोडप्याकडे मी नेहमीच कुतूहलाने पाहात आलोय.

रत्नाकरच्या आंतरजातीय विवाहाबद्दल अनेक सनातन्यांच्या शिव्या मला खाव्या लागल्या. पण हे जोडपे लग्नापूर्वी किमान ३ ते ४ वर्षे प्रेम करण्यात मश्गुल होते. धुळे शहरात हे प्रेमप्रकरण चर्चेचा विषय होते. पण त्यावेळी कोणत्याही सनातन्याला या ब्राह्मण मुलीच्या भवितव्याची काळजी वाटलेली नव्हती. मात्र लग्न केल्यानंतर या मंडळींची माथी ताबडतोब भडकली. जातीयतेचे विष किती खोलवर भिनलेय?

मला आठवतं, माझ्या कुटुंबातील जिवलगांच्या मृत्यूनंतर विलास आणि उषा वाघ यांनी आत्मीयतेने माझे सांत्वन केले होते. मधेच कळले, विलास वाघ खूप आजारी आहेत. हार्ट ॲटॅक आला. ऑपरेशन झाले. विलास वाघ बचावले. त्यांच्या भेटीत मला भडभडून आले. पुणे विद्यापीठातील सन्मानाची आणि बड्या पगाराची नोकरी सोडून, या पतीपत्नींनी 'सुगावा' प्रकाशनाचा वैचारिक संसार उभा केला. परिवर्तनवादी विचारांची परंपरा समृद्ध करणारे अनेक ग्रंथ समाजाला त्यांनी दिले. आश्रमशाळा; वसतिगृहे, शाळा काढून भटक्या, दलित, उपेक्षितांच्या मुलांची सोय केली. समाजकार्यात या जोडप्याने स्वत:ला बेधडक झोकून दिले.

परवाच्या एका भेटीत उषाताई, विलासरावांच्या हार्टच्या ऑपरेशनची

दर्दभरी कथा सांगत होत्या. अचानक त्या म्हणाल्या ''विलास वाघ वाचले नसते तर, माझ्यावर आंबेडकरांच्या दुसऱ्या ब्राह्मण पत्नीवर झाले त्याप्रमाणे आरोप झाले असते.'' मी या वाक्याने अंतर्मुख झालो.

डॉ. आंबेडकरांनी ज्या स्त्रीवर विश्वास टाकून प्रेम केले, तिने या महापुरुषाबाबत असे काही केले असावे, ही शंका तरी का जपली जाते? स्वतःचा मारेकरी घरात पोसण्याएवढे अज्ञान, डॉ. आंबेडकरांसारख्या महामानवाचे कसे असेल? शतकानुशतके दलितांवर झालेल्या अन्यायामुळे त्यांची मानसिकता ब्राह्मणविरोधी होणे अगदी स्वाभाविक आहे. परंतु खुद्द आंबेडकरांनीच 'ब्राह्मण्यग्रस्त' माणूस शत्रू मानून 'ब्राह्मण्यरहित' ब्राह्मणसुद्धा मित्रच मानला आहे. ब्राह्मण्यावर मात करून ज्या स्त्रीने दलित माणसाशी लग्न केले असेल, त्या स्त्रीबद्दलचा अविश्वास, हा एकूणच परिवर्तनवादी जाणिवांवरचा अविश्वास ठरत नाही काय?

वास्तविक उषाताई वाघांनाही त्यांच्या आंतरजातीय विवाहानंतर प्रचंड प्रतिकूलता आणि जातीयवाद्यांचे शिव्याशाप सहन करावे लागले असणारच! पण या सर्व वणव्यातून विलास वाघ आणि उषाताई यांनी परस्परांना न्याय दिला.

माझ्या छोकरीला–स्नेहलला हे जोडपे प्रेमाने कुरवाळत असताना, मनात आले ''आपल्या संसारात मूल नाही याची खंत, या जोडप्याला नसेल का?'' पुण्यातल्या वेश्यांच्या अभागी मुलांसाठी या दाम्पत्याने वसतिगृह आणि शाळेची सोय केल्याचे समजले. शाळेत मुलाच्या बापाचे नाव नोंदताना कुणाचे नाव या वेश्या सांगतात? या प्रश्नांच्या उत्तरात, विलास आणि उषाताई वाघांनी दिलेली वास्तव माहिती अंगावर काटा आणणारी आहे.

पत्नीचा सन्मान सदैव कर्तव्यबुद्धीने करणारे वाघ, कार्यकर्त्यांच्या शिबिरात जेवणासाठी पत्रावळीचा गठ्ठा पेलणारे वाघ, खाजगी बैठकीत व्यक्तिगत हेवेदावे वजा करून परिवर्तनाच्या गप्पा रंगविणारे वाघ, लहान मुलामुलींशी संवाद करणारे वाघ, कार्यकर्त्यांच्या सुखदुःखात रममाण होणारे वाघ, स्वतःच्या हार्ट ॲटॅकला तटस्थपणे पाहणारे वाघ, भाकरी आणि साधे वरण खाताना हळूच लोणच्याची चव घेणारे वाघ, अशी कितीतरी अस्सल रूपे, विलास वाघांच्या प्रौढ-गंभीर व्यक्तिमत्त्वाचा ठसा उमटवून जातात. संपूर्ण आयुष्याचा आनंद त्यांनी उपेक्षितांच्या दुःखमुक्तीत पाहिला. कारुण्याच्या कडा असलेल्या या जोडप्याचा संसार, मला अजिंठ्यातील बुद्धाची आठवण करून देतो. त्यांची बुद्ध–आंबेडकरनिष्ठा डोळस दिसते. कारण ही निष्ठा मार्क्स, फुले, आगरकर इ.

परिवर्तनवादी महापुरुषांच्या विरोधात जाणारी नाही. सनातनी आंबेडकरवादी, हा कर्मठ ब्राह्मणाप्रमाणे आंबेडकरांच्या प्रत्येक शब्दाला स्वत:ची बुद्धी अर्पण करून, इतर क्रांतिवाद्यांचा विरोध करीत असेल तर, दलित चळवळीत सुद्धा 'ब्राह्मण्य' शिरले आहे, हा त्याचा अर्थ मानला पाहिजे. असल्या ब्राह्मण्याच्या निषेधाचे समर्थन, खुद्द डॉ. आंबेडकरांनी सुद्धा केले होतेच ना?

वाघ दाम्पत्य त्यांच्या डोळस निष्ठेमुळे आणि सर्वस्पर्शी व्यक्तिमत्त्वामुळे परिवर्तनाच्या सर्व प्रवाहांना सांधणारा भक्कम दुवा झालेत. त्यांना विटाळ आहे फक्त लबाडांचा! समाजवाद्यांना, कम्युनिस्टांना, आंबेडकरवाद्यांना, पुरोगाम्यांना या जोडप्याबद्दल विश्वास आणि जिव्हाळा वाटतो. ही केंद्रियताच मोलाची!

पुस्तक प्रकाशनाचा व्यवसाय या जोडप्याने स्वीकारला, तो माड्या-हवेल्या बांधण्यासाठी नव्हे! लोकशाहीवादी डाव्या पुरोगामी विचारांचा प्रसार करून, प्रबोधनात शुद्धता आणि सुसंगती आणावी म्हणून त्यांची धडपड चालू असते. पुस्तके छापून त्यावर चर्चा घडवून आणणारा वाघांसारखा प्रकाशक दुर्मीळ आहे.

--*

.२५.

आत्मीयता आणि मतभेदांचा आंबेडकरवादी गुंता

धुळ्याच्या विद्यावर्धिनी महाविद्यालयाची प्राध्यापकी चालू असतानाच मार्क्सवादी व आंबेडकरवादी चळवळीत माझा सहभाग असायचा. प्राचार्य मा. य. वैद्य हे मार्क्सवादी आणि प्रा. जे. जी. खैरनार, प्रा. बाबा हातेकर आदी. आंबेडकरवादी होते. पण कॉलेजचा एकूण चेहरा डावा-पुरोगामीच असल्याने व 'लाल निशाण' पक्षात मी काही काळ राहिल्याने क्रांतिवादी तत्त्वज्ञान आणि चळवळी मला जवळच्या वाटत असत!

त्यातच कॉ. शरद पाटलांच्या भूमिकेचा सैद्धान्तिक प्रतिवाद करणारे 'ब्राह्मणी सत्यशोधक' हे माझे पुस्तक प्रसिद्ध झाले. पुण्यातील प्रकाशन सोहळ्यात डॉ. रावसाहेब कसबे, प्रा. राम बापट यांच्यासह डॉ. य. दि. फडके यांच्या उपस्थितीत माझा गौरवही झाला. त्यापूर्वीच माझे डॉ. आंबेडकरांच्या 'बहिष्कृत भारता'वर पीएच. डी.चे संशोधन पूर्ण झाले होते.

दरम्यानच्या काळात डॉ. रावसाहेब कसबे यांचे 'आंबेडकरवाद : तत्त्व आणि व्यवहार' हे पुस्तक प्रसिद्ध झाले. नाशिकच्या दै. 'सकाळ'मध्ये रावसाहेबांच्या या नव्या पुस्तकाची माझी समीक्षा प्रसिद्ध झाली होती. ना. म. शिंदे यांच्या 'जातीला जात वैरी' या पुस्तकाचे परीक्षणही त्याच सुमारास 'सकाळ'मध्ये प्रसिद्ध झाल्याचे आठवते.

दिलीपराज प्रकाशनाने २०१३-१४ च्या सुमारास माझी नवी-जुनी ७-८ पुस्तके प्रकाशित करण्याचे ठरवले. माझ्या व्याख्यानांच्या दौऱ्यांचा आणि लेखनाचा व्याप चालूच होता. या गडबडीत माझ्या 'सेक्सुलर वाङ्मयीन अनुबंध' या पुस्तकाची संहिता तयार करताना जुन्या लेखांच्या शेवटी जुन्या प्रकाशन काळाची तारीख आणि इतर संदर्भ द्यायचे राहून गेले. शिवाय सुमारे २० वर्षांच्या कालखंडानंतर भूमिका आणि मांडणीतही विकास किंवा बदल शक्य

असतात. दै. 'सकाळ'साठी ग्रंथ परीक्षण लिहिताना शब्दसंख्येची मर्यादा असल्याने मी डॉ. आंबेडकरांच्या महत्त्वाच्या निर्णयाबाबत तपशील न देता सूत्ररूपानेच माझे म्हणणे मांडले होते. ते तसेच नव्या पुस्तकात प्रकाशित झाल्याने मला रुखरुख लागली. त्याचा अधिकचा तपशील देण्याचे राहून गेले.

एक तर डॉ. रावसाहेब कसबे यांचे स्नेहबंध जुने. माझ्या पहिल्या ग्रंथ प्रकाशन सोहळ्यात त्यांनी माझी पाठराखण करून व कॉ. शरद पाटील यांचा गौरव करून मर्यादाही सांगितल्या होत्या. माझ्या सेवानिवृत्तीच्या सोहळ्यात भाई वैद्यांच्या सोबतीने डॉ. कसबे यांनी माझा सन्मान करून भरभरून कौतुकही केले होते. 'डॉ. सबनीस यांच्या लेखणीच्या तावडीतून आपण सुटलो' याचे जाहीरपणे समाधानही व्यक्त केल्याचे आठवते. नंतर प्रा. विलास वाघ यांच्या पंच्याहत्तरीनिमित्त उत्तमराव कांबळे आणि डॉ. कसबे यांच्या भेटी-गाठी नेहमीच होत असत. 'पश्चिम महाराष्ट्र सांस्कृतिक परिषदे'चे अध्यक्षपद मला डॉ. श्रीपाल भालचंद्र जोशींनी दिल्यावर या संस्थेचे उद्‌घाटनही डॉ. रावसाहेब कसबे यांच्याच हस्ते पुण्यात झाले. असे वैचारिक अनुबंध असताना डॉ. कसबे यांच्या भूमिकेबाबत मी २० वर्षांपूर्वी केलेले टीकात्मक लेखन २०१४ मध्ये जसेच्या तसे प्रसिद्ध झाल्याने मला खंत वाटली.

एक तर माझ्या भूमिकेत झालेला विकास माझ्या इतर पुस्तकांतही शोधता येतो. डॉ. आंबेडकरांनी मार्क्सवादाला केलेला विरोध हा सैद्धान्तिक दृष्ट्या योग्य होता का, या प्रश्नावर विद्वानांचे मतभेद आहेत. भारतीय कम्युनिस्टांनी आंबेडकरी चळवळीचे व्यापक मूल्य न पचवता विरोध केला. परिणामतः डॉ. आंबेडकर हे कम्युनिस्टांपासून दूर राहिले; आणि मार्क्सवादामध्ये 'हिंसा' अटळ असल्याचे गृहीत धरून डॉ. आंबेडकरांनी काठमांडूच्या भाषणात मार्क्सवादाला विरोध नोंदवला.

माझ्या मते, मार्क्सवाद आणि आंबेडकरवाद या दोन्ही तत्त्वप्रणालींचा ध्येयवाद बहुतांशी समान व संवादी आहे. मार्क्स व आंबेडकर या दोघांनाही शोषणमुक्त समाज हवा आहे. तरीही डॉ. आंबेडकरांनी मार्क्सवादाला विरोध केल्यामुळे श्रमिक व दलित चळवळीत वजाबाकी झाली. डॉ. आंबेडकरांच्या बाजूने पाहिले तर कम्युनिस्टांनीच दलित चळवळीला विश्वासात न घेता विरोध केला म्हणून स्वाभाविकपणे ते दूर राहणेच योग्य होते. पण नंतरच्या पिढीत श्रमिक-दलित चळवळीत निर्माण झालेली फूट जणू खुद्द डॉ. आंबेडकरी भूमिकेचाच परिणाम असल्याचे मत डाव्या प्रवाहात रुजल्याचे दिसते. त्याची चर्चा शिबिरे,

कार्यशाळांमधून मी ऐकलेली आहे. त्यामुळे मार्क्स व आंबेडकरांच्या संवादी ध्येयवादाचे नवे पर्व रुजवणारे डॉ. रावसाहेब कसबे यांनी त्या ऐतिहासिक वास्तवाची परखड चिकित्सा करणे मला आवश्यक वाटले. डॉ. बाबासाहेब आंबेडकरांच्या भूमिकेच्या मर्यादा स्पष्ट करण्यास डॉ. कसबे कचरले की काय, अशी शंका निर्माण करणारी ही जागा होती.

मार्क्स व डॉ. आंबेडकर हे दोन्ही महापुरुष 'ईश्वर' मानत नाहीत; पण डॉ. आंबेडकर धम्माच्या संकल्पनेस 'धर्म' मानतात आणि मार्क्स मात्र 'धर्म' ही संकल्पनाच 'शोषणाची संस्था' मानतो. या पार्श्वभूमीवर हिंदू धर्माला दुसरा कोणताही धर्म निर्दोष उत्तर कसे ठरावे? या प्रश्नाच्या उत्तरात मतभेदांसह विद्वानांच्या अनेक पिढ्या खर्ची पडल्यात. अगदी तांत्रिक दृष्टीने बोलायचे, तर हिंदू व बौद्ध हे दोन्ही धर्मच! तेव्हा 'धर्म' ही संकल्पना मार्क्सवादानुसार शोषणाची संस्था असेल, तर त्याला कोणताही धर्म अपवाद ठरण्याचे कारण नाही. पण डॉ. आंबेडकरांच्या काळात दलितांच्या मुक्तीसाठी योग्य धर्मपर्याय अपरिहार्यच होता. तो बौद्ध धम्माच्या रूपाने त्यांनी स्वीकारला. पण डॉ. आंबेडकरांच्या एकूण भूमिकेतील सेक्युलॅरिझम व राज्यसमाजवादी मूल्यात्मकता लक्षात घेतली, तर परंपरागत धर्मव्यवस्थेच्या चौकटीतील बौद्ध धर्म विसंगत दिसू लागतो. म्हणून 'सेक्युलर आंबेडकरवाद' आणि 'बौद्ध आंबेडकरवाद' या आंबेडकरी दोन रूपांतील अंतर समजून घेण्याची गरज आहे. ही जागा विसंगतीची वाटू शकते. पण अशा अनेक विसंगती प्रत्येक महापुरुषाच्या इतिहासात असू शकतात.

डॉ. आंबेडकरांनी कोणताही धर्म न स्वीकारता त्यांनी कम्युनिस्ट होणे आवश्यक होते', असेही मत व्यक्त केले जाते. त्यांच्या भूमिकेतून बौद्ध धर्म स्वीकारण्याचे समर्थन करता येणार नाही; पण परंपरागत जीवन जगणाऱ्या कोटी-कोटी दलित जनतेला 'धर्म' संकल्पना प्रिय आणि खुद्द डॉ. आंबेडकरांनाही धम्माचे आकर्षण असल्याने त्यांनी बौद्ध धर्माचा स्वीकार केला. या सर्वच मांडणीची सम्यक् चिकित्सा व परखड मूल्यमापन डॉ. रावसाहेब कसबे यांच्यासारख्या अव्वल विद्वानाने करावे, अशी माझी अपेक्षा होती. पण ती पूर्ण न झाल्याने मी डॉ. कसबे यांच्या पुस्तकावर टीका केली होती. आजच्या घडीला माझ्याही भूमिकेत विकास झालाय. डॉ. आंबेडकरांच्या कम्युनिस्ट न होण्यातील व बौद्ध धर्म स्वीकारण्यातील समकालीन सामाजिक-सांस्कृतिक अपरिहार्यतेची मूल्यात्मकता व व्यावहारिकता मला आज पुरेशा गांभीर्याने लक्षात येते. तसेच, डॉ. रावसाहेब कसबे यांच्या मानसिक किंवा तात्त्विक अडचणीही समजून घेता येतात. शेवटी

विवेकशीलता हीच निर्णायक महत्त्वाची ठरते.

या व्यापक भूमिकेचा तपशील काही दिवसांपूर्वीच प्रसिद्ध झालेल्या माझ्या ग्रंथातील लेखात देणे आवश्यक होते, कारण २० वर्षांनंतर समाज-संस्कृतीसह माणसाच्या भूमिकेतही विकास आणि बदल अपरिहार्य ठरतात. माझ्या टीकेने घायाळ होण्याइतपत डॉ. कसबे कच्चे व संकुचित नाहीत. माझ्या टीकेचे स्वातंत्र्य मान्य करण्याचा उदारपणाही त्यांच्यात जरूर आहे. पण माझ्याकडून जे राहून गेले, त्याची पूर्तता करणे माझे सांस्कृतिक कर्तव्यच ठरते!

--*

.२६.

इक़बाल मसीहचे विश्वात्मक हौतात्म्य

इकबाल मसीह या १२ वर्षांच्या तरुण कार्यकर्त्या मुलाची पाकिस्तानमधील माफिया गुंडांनी हत्या केली. त्याचा गुन्हा कोणता? बालकामगारांची वेठबिगारी स्वत: इकबालने अनुभवली होती. त्याने या लहान कोवळ्या वयातील वेठबिगारांना गुलामीतून मुक्त करण्याचा प्रयत्न सुरू केला. त्याचे हे काम प्रचंड वेगाने वाढत गेले. स्वीडन या देशाने इकबाल मसीहच्या या मुक्तिकार्याची आंतरराष्ट्रीय पातळीवर नोंद घेतली आणि त्याला पुरस्कार देऊन त्याचा सन्मान जगभर पोहोचवला. इकबालने स्वत: गालिचा विणकामात आपल्या कोवळ्या बोटांचे श्रम खर्ची घालून बालकामगाराची वेदना भोगली होती.

या भोगवट्याचे दु:ख पचवून हा १२ वर्षांचा मुस्लीम मुलगा, पाकिस्तानात वेठबिगारीत अडकलेल्या शेकडो मुलांच्या मुक्तीसाठी कटिबद्ध झाला. त्याला प्रतिसाद मिळत असतानाच, पाकमधील माफिया गुंडांनी इकबाल मसीहला गोळ्या घालून ठार केले.

इकबाल मसीह असा 'मसीहा' झाला.

प्रस्थापितांविरुद्ध संघर्ष करणाऱ्या लाखो क्रांतिकारकांच्या परंपरेतील पाकिस्तानच्या इतिहासातील आजचा वंदनीय वारस इकबाल ठरला. 'माफिया' ही प्रवृत्ती सर्व जगभर आहे. इतिहासातही तिची समान धारा आहेच. दु:ख निर्माण करणारी, दु:ख देणारी अमानुष माणसे-आणि दु:खमुक्त मानवतेचे कार्य करणारी सात्त्विक माणसे, या दुहेरी वास्तवाने मानवी जग भरून उरले आहे.

भारताच्या वास्तवतेचा वेध घेताना, वेठबिगारांचा प्रश्न अत्यंत गंभीर आहे. अनेक राज्यांमध्ये दलित, आदिवासींसह अनेक मागास कुटुंबांतील असंख्य माणसे वर्षानुवर्षे एकाच मालकाच्या चाकरीत बेभाव बंदिस्त होते. महाराष्ट्रातही अशी उदाहरणे स्पष्ट झाली.

आर्यसमाजी तत्त्वज्ञानाचा आधुनिक वारसदार स्वामी अग्निवेश हा सजग संन्यासी या राष्ट्रीय प्रश्नासाठी जिवाचे रान करून उभा राहिला. असंख्य गुलाम मुक्त झालेत. सत्ताधाऱ्यांना आणि साम्राज्यवाद्यांना फुकटचे श्रम कायम हवे असतात. त्यांना सर्वात मोठी अडचण सत्याची आणि सत्याच्या कैवाऱ्यांची असते. म्हणून तर माफिया गुंडांच्या बंदुका सत्याचा पाईक असणाऱ्या इकबालवर पाकिस्तानात रोखल्या गेल्या.

पाकिस्तानचा राष्ट्रीय धर्म इस्लामच असून इकबाल त्याच धर्मातील मूल्यांना न्याय देत होता. त्याच धर्माच्या परंपरेत, देशात जन्मलेल्या शोषकांनी माफियामार्फत इकबालचा मुडदा पाडला. कोवळ्या वयाच्या बालकामगारांचे डोळे पुसणारा महात्मा, मालकशाहीने मारून टाकला.

शोषणमुक्तीचा संघर्ष करणाऱ्या महापुरुषांत सर्वात लहान वयाचा इकबाल हा श्रेष्ठ महात्मा आणि हुतात्मा आहे. न्यायासाठी जीव देणारा इकबाल देशाच्या, धर्माच्या भिंती ओलांडूनही काळजाला भिडलाय.

(ता. क.- इकबाल मसिहच्या हत्येची बातमी १९९३ च्या सुमारास वृत्तपत्रातून प्रसिद्ध झाली होती.)

--*

.२७.

वेदनेचा बादशाह

कृतज्ञता हा गुण सर्व गुणांत श्रेष्ठ मानला नाही तर बेईमानीची सवय स्वत:च्या अंगवळणी पडावी आणि त्यातून मनस्वी करंटेपणच उद्भवावे! आयुष्याच्या श्रीमंतीच्या सोहळ्यात स्नेही मित्र आणि चाहत्यांची वर्दळ वाढणे हा जगाचा रिवाज तसा जुनाच आहे. परंतु जीव जाळणाऱ्या घटना घडत असताना, हात हातात देणारी-घेणारी, पाठीवर हात ठेवून धीर देणारी समंजस, उदार माणसे ज्यांना भेटतात, त्यांना जगणे सुसह्य होते.

प्राध्यापकीच्या पहिल्याच टप्प्यात मी 'तू शुक्राची चांदणी' हे वगनाट्य लिहिले आणि विद्यार्थी कलावंतांच्या ग्रुपतर्फे त्याचा प्रयोगही केला. लोककलेचा अस्सल बाज आणि राजकीय प्रश्नांवरील खरमरीत टीका, हा या लोकनाट्याचा गाभा होता. माझे गुरू नरहर कुरुंदकर यांनी लोकनाट्याला विवेचक प्रस्तावना देऊन माझ्या लेखनाचा गौरवही केला होता. हे सर्व सामर्थ्य वजा करून, लोकनाट्यात एका नर्तिकेसोबत प्राध्यापक काम करतो म्हणून, तथाकथित संस्कृतिवाद्यांनी तेव्हा शंख केला. मी सर्वार्थाने लहान! म्हणून बावरलो. गोंधळलो. मोठ्या माणसांची मनं किती करंटी व खुजी असू शकतात, हे तेव्हा काळजाने जाणून घेतलं. भतवाल थिएटरमध्ये या लोकनाट्याचा प्रयोग थाटात झाला. त्या प्रसंगी गुलाबराव बोरसे या उदारमनस्क आणि कलेची कदर करणाऱ्या अस्सल माणसाने, माझ्या गळ्यात १०० रुपयांच्या नोटांचा हार घालून सत्कार केला. सनातन्यांचे संदर्भ रावसाहेब गरुड आणि काही अपवाद वगळता बेईमान झालेल्या त्या काळात, मला बहुजनांच्या उदारमनस्कतेने सावरले.

गुलाबराव तेव्हापासून माझेही स्नेही म्हणून 'दादा' झाले. हा सदैव आनंदी मनाचा चैतन्यदायी आविष्कार करणारा आजचा श्रीमंत कारखानदार,

कधीकाळी आपल्या डोक्यावर चक्क सिमेंटची पोती वाहत होता, हे कुणाला खरे वाटणार नाही. पण गुलाबरावदादांच्या आठवणींच्या कप्प्यात ही प्रारंभीची 'हमाली' आजही ज्वलंत आहे. म्हणूनच त्यांच्या कारखान्यातील कामगारांची वेदना, या मालकाला सातत्याने जाणवत आली आहे. श्रमिकांचा कारखानदार झाल्याचा चमत्कार गुलाबरावांच्या परिश्रमातून घडला. हा इतिहास असल्यानेच आजही भरघोस बोनस, पगार देऊन प्रत्यक्ष कामगारांच्या साथसंगतीने रंगीत-संगीत मेजवान्या झोडताना, गुलाबरावदादांमधला सच्चा माणूस आनंदाने बेहोष होतो. श्रमाची व श्रमिकाची नाळ त्यांनी तोडली नाही, हे इमान महत्त्वाचे ठरावे!

राघोबा पाटलांच्या दानशूरपणाचे पोवाडे मी खानदेशाच्या वास्तव्यात सतत ऐकत आलो. त्या परंपरेचा वारसा गुलाबरावांनी डोळस निष्ठेने कायम जपला. राजकीय कार्यकर्ते, कलावंत, कवी, पत्रकार, विद्यार्थी या विविध स्तरांवरील गरजूंना, या माणसाने मुक्तहस्ते मदत केल्याचा मी साक्षीदार आहे. पण या कर्तव्याचा अहंकार त्यांच्यात फारसा दिसला नाही.

रंग एकदम गोरापान, नाकाची लांबी चेहऱ्याला उठाव देणारी; संपूर्ण पांढराशुभ्र आधुनिक पोशाख, वागण्या-बोलण्यात आत्मीयता आणि रोखठोकपणा. ढोंग, लबाडी यांचा सतत पर्दाफाश करणारी ओघवती शब्दकळा. दोन बायकांचा हा दिलदार पती कलंदर जीवन जगणारा आहे.

मागच्या वर्षी डॉ. भा. ल. भोळे माझ्या घरी आले तेव्हा गुलाबराव दादांच्यासह आम्ही जेवायला बसलो. डॉ. भोळे यांना गुलाबरावांनी त्यांच्या दोन्ही पत्नींची ओळख करून दिली. डॉ. भोळ्यांना काय वाटले न कळे. पण मला मात्र गुलाबरावांच्या सच्चेपणाचा आणि त्यांच्या सरळ अभिव्यक्तीचा पुन्हा प्रत्यय आला. दोन बायका करणे वाईट हे मान्य करूनही, लग्नाच्या पत्नीशिवाय इतर स्त्रियांना पत्नीचा दर्जा न देता, अन्यायाने वापरणाऱ्या हीन प्रवृत्तीपेक्षा हा प्रकार तुलनेने तरी योग्य ठरावा ना?

दोन बायकांच्या संसारात एका बायकोच्या संसारापेक्षा अधिक ताणतणाव असणे, स्वाभाविक असले तरी भांड्यांचा आवाज मात्र कुणाला अद्याप ऐकू आला नाही. याचे श्रेय या कलंदर माणसाच्या दोन्ही पत्नींना द्यावे लागेल.

गुलाबराव बोरसे यांनीही अनेक जीवघेणी दु:खे भोगल्यामुळे मला या माणसाबद्दल अधिक आत्मीयता वाटते. हार्ट-अटॅकचा हा पेशंट, मृत्यूच्या छायेत सतत वावरूनही, तो या संघर्षात आपले चिवट आणि जिद्दीचे मानवी

सामर्थ्य टिकवून आहे. मृत्यूच्या संदर्भातील त्यांची बेफिकिरी हा माझ्या चिंतनाचा आणि जिव्हाळ्याचा विषय राहिला आहे. या त्यांच्या बेछूट वृत्तीमुळेच मृत्यू त्यांच्याजवळ येऊनही स्पर्शत नसावा का?

वेदनेच्या प्रवासात या दिलदार कलासक्त मनाच्या माणसाला मुलीची किडनी निकामी झाल्याचे दु:ख पेलावे लागले. मुलीच्या आईने स्वत:ची किडनी देऊन, मुलीचा प्राण वाचवला आणि गुलाबरावामधला प्रगल्भ पती या त्यागाबद्दल पत्नीचा विनम्र भक्त झाला. दु:खाच्या कष्टांनी हे कुटुंबही पोळून निघाले. श्रीमंत माणसं माणुसकीला पारखी होत असतात, असा समज सर्वदूर पसरला आहे. गुलाबराव बोरसे यांचा अपवाद या संदर्भात अधिक बोलका आहे. आयुष्याच्या खडतर वाटेवर या मित्राच्या गाठीभेटी तशा कमीच झाल्या, पण या माणसाच्या कलंदर आणि मस्त आयुष्याच्या आत दडलेली खोल वेदनाच मला अधिक भावली.

गुलाबरावांच्या 'मधुघट' बंगल्यावर जेव्हा जाणे झाले, तेव्हा तेव्हा हॉलमधील भिंतीवरील त्यांच्या पहिल्या मुलाचे–अजयचे– चित्र मला सतत भिडत गेले. अजयचा मृत्यू हा या कुटुंबातील वेदनेचा आरंभस्त्रोत आहे. जीवनाचे गांभीर्य आणि जीवनाचा गुंता समजून घेऊन, दु:खाच्या सततच्या छायेत जगण्याचा धडा, मुलाच्या कायम वियोगातून या कुटुंबाने शिकला असावा. मनात दु:ख ठेवून खंबीरपणे आणि समाजाभिमुख वृत्तीने जगण्याची पद्धती, या कुटुंबाने अवलंबिली. गावच्या मातीचे ऋण, समाजऋण इ. सर्व ऋणांच्या पूर्ततेसाठी गुलाबरावदादांमधला अस्सल माणूस जवळच्या शक्तीने आणि निष्ठेने आजही उभा आहे. कार्यरत आहे.

१९८४ साली माझा मुलगा अमोल जन्मला. मीरा आणि मला जगावेगळा आनंद झाला. गुलाबरावदादा स्वत:च घरी आले. म्हणाले, "जन्मलेले राजे शिवाजी कुठे आहेत दाखवा." लहानग्या अमोलच्या बाळमुठीत या माणसाने प्रेमाने १०० रुपयाची नोट ठेवली. त्यांच्या संवेदनक्षम प्रगल्भ मनाची ही साक्ष, आजही वैयक्तिक जीवनात अमर विषय आहे. नंतर माझ्या अमोलचा मृत्यू झाला. गुलाबरावांच्या अजयच्या भेटीला आईच्या पाठोपाठ अमोलही दूरस्थ देशी कधीच न परतण्यासाठी गेला आणि मी सुद्धा गुलाबरावच झालो! वेदनेच्या साम्राज्यातील श्रेष्ठ बादशहा!!!

--*

.२८.

रिटायर न होणारा ज्ञानमहर्षी

ज्ञानाचा अहंकार न बाळगता, नि:स्वार्थी भावनेने सहज स्वाभाविकपणे इतरांना ते प्रदान करण्याची प्रवृत्ती दुर्मीळच! म्हणूनच ज्ञानमहर्षी प्रा. व. गो. बोकरे यांच्या एकूण कर्तृत्वाचे मूल्य मोठे आहे. विद्वतेच्या भासाने माजून गेलेल्या आणि हवेत तरंगणाऱ्या, डबक्यातील तथाकथित विद्वानांच्या बाजारात प्रा. बोकरे यांचा भाव कधी वाढला नाही. कारण बाजारासाठी त्यांची ज्ञानसाधना कधीच नव्हती - नाही! विद्वत्तेचा स्पर्श ज्यांच्या मनाला होतो आणि मनाची लांबी-रुंदी खोलीसह वाढते, त्यांचा सहवास सत्संगासारखा अवीट आणि अक्षय ठरतो. प्रा. बोकरे यांचे व्यक्तिमत्त्व असे आधुनिक संतत्वाने ओतप्रोत आहे.

वर्ध्याच्या जन्मभूमीपासून अंमळनेर-धुळ्याच्या कर्मभूमीपर्यंतचा त्यांचा प्रवास प्रतिकूलतेने भरलेला आहे. त्यांच्या शांत, सहनशील, सात्त्विक वृत्तीचे रहस्य शोधताना, बालपणातील बिकट अनुभवांचे 'भोगलेपण' लक्षात आले. त्यांची कॉमर्सविषयक आवड अर्थशास्त्राच्या तुलनेने कमीच जाणवली. पण अर्थशास्त्रीय विश्वातील अत्यंत सूक्ष्म प्रश्नांचे त्यांचे ज्ञान सतत अद्ययावत राहत आले आहे. वर्ध्याची भूमी गांधी, विनोबांसारख्या अनेक राजकारणी-समाजकारणी महापुरुषांच्या कर्तृत्वाची साक्ष आहे. त्याचा प्रभाव प्रा. बोकरे यांच्या व्यक्तिमत्त्वावर आहेच. पण अभ्यासक्षेत्रात मार्क्सवादाने ते सतत झपाटलेले दिसतात. तरीही ते पारंपरिक अर्थाने मार्क्सवादी नाहीत. याचे मुख्य कारण त्यांचे मोठे बंधू डॉ. बोकरे यांनी मार्क्सवादाची पोथी उसकटून, मार्क्सच्याच आधारे नवे अर्थशास्त्र मांडण्याचा सतत प्रयत्न केला आणि त्याचा डोळस मागोवा प्रा. व. गो. बोकरे यांनी घेतला.

प्रा. बोकरे यांनी विविध विषयांवर विपुल लेखन केले आहे. राष्ट्रवादाचा विकास, डॉ. आंबेडकरांचा आर्थिक विचार, औद्योगीकरण इ. ज्वलंत व जिव्हाळ्याच्या

विषयांत त्यांचे चिंतन मूलगामी राहिले आहे. प्रसिद्धीपासून दूर राहण्याची एक अकारण वाईट 'खोड' त्यांच्या स्वभावात आहे. कॉमर्स विषय शिकवताना जाहिरातीचे महत्त्व विशद करणारे प्रा. बोकरे, असे प्रसिद्धीविन्मुख का हा प्रश्न आजही 'प्रश्नच' आहे.

अलीकडच्या काही वर्षांत प्रा. बोकरे यांची काही पत्रं इंग्रजी वृत्तपत्रांतून 'वाचकांचा पत्रव्यवहार' मध्ये झळकली. इंग्रजी दैनिकात 'विचार-पत्र' छापून येण्याचा मान (विद्यावर्धिनीत) फक्त प्रा. बोकरे यांनाच असावा. अर्थात 'विचार-पत्र' जर त्यांचे एवढ्या ताकदीचे असते, तर आपला लेख किती सामर्थ्यवान असेल याचे गणित प्रा. बोकरे यांनी स्वत: कधीच सोडवले नाही. 'विद्यावर्धिनी परिवारा' ची संकल्पना प्राचार्य मा. य. वैद्य, प्रा. प्र. दा. दलाल, डॉ. रा. भ. चौधरी, डॉ. दौलतकुमार शहा आणि त्यांच्या सहकाऱ्यांनी समाज-जाणिवेच्या उदात्त ध्येयवादाद्वारे प्रत्यक्षात आणली. प्रत्यक्ष व्यवहारात विसंगती अटळ असल्या तरी, प्रा. बोकरे मात्र या वर्तुळाचे कायम केंद्र राहिलेत. खानदेश परिसराचा सर्वांगीण भौतिक विकास साधला जावा, यासाठी प्रा. बोकरे यांनी 'शैक्षणिक ध्येयवाद' चक्क लिहून काढला. कोणत्याही ज्ञानशाखेची अद्ययावत माहिती आणि प्रेरणा 'विद्यावर्धिनी' च्या नेतृत्वाखालील या नव्या 'शैक्षणिक ध्येयवादा' तून मुक्तपणे सर्वांना मिळावी, हा आशावाद प्रा. बोकरे यांनी बऱ्याच वर्षांपूर्वी मांडला. एक आदर्श प्राध्यापक म्हणून त्यांची थोरवी मला त्यात दिसते.

समूह व संस्थात्मक जीवनात विविध प्रवृत्ती आणि स्वभावधर्माची माणसं सहभागी असतात. असे सार्वजनिक जीवन उकिरडा होऊ नये ही अपेक्षा कोणाही सज्जनाची असणारच! प्रा. बोकरे यांनी सत्यासाठी काही निर्णायक प्रसंगी संघर्षही केलाय. वास्तविक त्यांचा पिंड संघर्षवादी मुळीच नाही. उलट वैयक्तिक वा तात्त्विक मतभेद असणाऱ्या अनेक– नव्हे जवळपास सर्वच 'दोन टोकां'ना विश्वास वाटावा, असे एकमेव प्रा. बोकरे आहेत. त्यांच्या सात्त्विकतेने आणि बौद्धिकतेने, समूहजीवनातील विसंवाद-मतभेद संपवता आले असते का? हा प्रश्न आहेच. पण सर्वमान्य व्यक्तिमत्त्व म्हणून त्यांच्याबद्दल प्रत्येक व्यक्तीला आदर आहे.

नैतिकतेचा आदर्श म्हणून अत्यंत डोळसपणे तपासताना, नानासाहेब वैद्यांप्रामाणेच प्रा. बोकरे यांचे जीवन मला विशुद्ध आणि कमी दोष असणारे जाणवले. प्रा. बोकरे यांचा नैतिक कणा सतत ताठ राहिला. त्यांची सत्यनिष्ठा सौम्य प्रवृत्तीची असली तरीही, ती खंडित झाली नाही. विद्यार्थी, सहकारी

प्राध्यापक व सर्व स्तरांवरील लहान-मोठा, गरीब-श्रीमंत माणूस, बोकरे यांच्या सहृदयतेचा विषय राहिला. त्यांच्या विचारात व वागण्यात ओवळेपण कधीच नाही. विद्यावर्धिनीच्या इतिहासात 'चर्चासत्र' हा अभिमानाचा विषय! त्यात ज्ञाननिष्ठा मारण्याचा व आवाज बंद करण्याचा प्रयत्न झाला, तेव्हा बोकरे यांनी मला बोलते केले. माझ्या भूमिकेचे मोल त्यांच्या तोंडून गौरविल्याने, आत्मविश्वास वाढला. नानासाहेब गोरे, प्रा. ग. प्र. प्रधान, डॉ. श्रीराम लागू ह्या मान्यवर माणसांनी माझा गौरव करण्यापूर्वीच प्रा. बोकरे माझ्या वैचारिकतेचे मोल जोखून मुक्तपणे सांगत होते. हे ऋण अविस्मरणीयच!

पाय निवृत्तीच्या मार्गावर आहेत, ही तांत्रिक वास्तवता मी पचवू शकत नाही! ज्ञानविश्वातून प्रा. बोकरे कधी रिटायर होऊच शकत नाहीत!

--*

.२९.

सद्भाव पेरणारा शिष्य

जगदीश देवपूरकर. बुटका, सूटपँटवर नेहरू शर्ट, ढेरी आता बरीच पुढे आलेली, चष्मा लागलेला. अत्यंत विनोदी. तात्यासाहेब शिरवाडकरांपासून ते अगदी सामान्य-अतिसामान्य माणसापर्यंत त्याची श्रद्धा ओसंडून वाहते. सर्व स्नेह्यांनी त्याला स्वत:च्या पैशातून घर बांधून दिलेय. त्या घराच्या भिंतीवर तात्यासाहेबांच्या पायाजवळ बसलेल्या जगदीशचा मोठा फोटो आहे. भिंतीवरील फ्रेममध्ये 'ज्ञानपीठ', तर काळजात सामान्य माणूस!

जगदीश तसा माझा शिष्य! अगदी प्रारंभकाळातील विद्यावर्धिनीच्या व्यासपीठावर 'होरा ऐकाजी मायबाप' हे भारूड मी त्याला शिकवून सादर केलं. हा भावनात्मक धागा दोन्ही बाजूंनी कायम राहिला. आता जगदीश चार मुलांचा बाप आहे. पण आत्मीयता मात्र अगदी थेट पूर्वीचीच!

जगदीश कवी, संस्था संचालक, नकलाकार, वगैरे चौरंगी कलाकार आहे. त्याच्या कवितेला सुर्व्यांपासून दीपक निकमपर्यंतच्या सर्व पिढ्यांतील कवी, रसिकांनी दाद दिलीय. पुण्या-मुंबईसह ग्रामीण व्यासपीठेही जगदीशच्या कवितेने व संचालनाने गाजवली गेलीत. 'माझ्या लग्नाची वरात' या त्याच्या एकपात्री कार्यक्रमास हजारो श्रोत्यांनी दिलेली दाद, जगदीशमधील अभिनयरूपतेची पावती आहे.

कलावंताचे पीक तर सर्व शहरात असतेच, पण जगदीश फक्त कलाकार नाही. त्याला समाजकार्य व राष्ट्रकार्याची प्रचंड आवड आहे. मला आठवंतय, जगदीशने अनेक राष्ट्रीय संकटकाळात निधी जमा करून राष्ट्रीय कर्तव्य बजावले. बूटपॉलिश करणारा जगदीश हा डोळस राष्ट्रभक्तच आहे. धुळ्यातील हुसेनी मंजिल पडली तेव्हाही मुसलमान कुटुंबाच्या मदतीसाठी तो धावला. भूकंपग्रस्तांच्या मदतीसाठी तो रस्त्यावर उतरला. परकीय आक्रमणाच्या वेळी देशासाठी अनेकांच्या

मनाची दारे त्याने ठोठावली. हीच राष्ट्रीय जाणीव त्याच्या कवितेनेही प्रगट केली. प्रचंड कुरूपतेने 'तिरंगा फडफडतो की तडफडतो' या त्याच्या काव्यातील हा राष्ट्रध्वजाचा संदर्भ काळीज हादरून सोडतो.

जगदीशच्या आयुष्यातील श्रद्धास्थाने अविचल आहेत. माझ्यासंबंधानेही त्याची आत्मीयता असंख्य प्रसंगांतून प्रत्ययाला आलीय. माझ्या प्रत्येक दुःखात हा शिष्य इतर शिष्यांप्रमाणे सामील होताच. पण आनंदसोहळ्यातही जगदीशने फार धमाल केली.

माझे पहिले पुस्तक 'ब्राह्मणी सत्यशोधक' या ग्रंथाच्या प्रकाशन सोहळ्यासाठी जगदीश, कृष्णा पोतदार व दिलीप भावसार ही कंपनी पुण्याला कारमध्ये सोबत होती. संपूर्ण प्रवासच जगदीशच्या विनोदांनी आनंदात झाला. येतेवेळी तर 'ब्राह्मणी सत्यशोधक' च्या प्रकाशन सोहळयाच्या यशाची नशाच होती. रावसाहेब कसब्यांच्या साथीत जगदीशने पुन्हा धमाल विनोदाची पखरण केली. डॉ. कसबेही खूष! हजारो ऑर्केस्ट्राच्या कार्यक्रमांत जगदीशने यशस्वी सूत्रसंचालन केले पण गंभीर वैचारिक पुस्तकाच्या पुण्यासारख्या शहरातील प्रकाशन सोहळ्यात, जगदीश कसे संचालन करतो, ही चिंता मला वाटत होती. पण जगदीश वस्ताद निघाला.

पुणेरी बुद्धिवाद्यांच्या विशेष उपस्थितांच्या सोहळ्यातही जगदीशने पूर्ण सामर्थ्याने त्याची विनोदी शैली रुजवूनही माझ्या वैचारिक वादळी ग्रंथाचा प्रकाशन समारंभ गाजवला. श्रोत्यांमध्ये पहिल्या रांगेत शेतकरी संघटनेचे शरद जोशी होते. हा संदर्भ अभिमानाचा!

जगदीशला कोणत्याही पक्ष, संघटनेचे वावडे नाही. तो काँग्रेसपासून कम्युनिस्टापर्यंत आणि बारश्यापासून बाराव्यापर्यंत सर्व ठिकाणच्या कार्यक्रमांना सूत्रसंचालनासाठी जातो आणि प्रत्येक ठिकाणी धमाल करतो.

गुलाबरावदादांच्या सत्कार सोहळ्यात दत्ता अण्णा पाटील या गावरान पुढाऱ्याने जगदीशच्या संचालनाला न जुमानता नेहमीच्या आपल्या धटिंग शैलीत काही कॉमेन्टस् केल्या. तेव्हा त्यांच्या पुढारीपणाची दहशत झुगारून जगदीशने 'बादोड' (ढेकूण) नावाची अहिराणी कविता श्रोत्यांना ऐकवून दत्तू अण्णांची चांगलीच जिरवली. याचा साक्षीदार होताना मला या पोराचा प्रचंड अभिमान वाटला.

जगदीश हा शून्यातून जगत आला. त्याच्या बालपणीचे काही संदर्भ अस्वस्थ करून देतात. प्रचंड प्रतिकूलता! कुण्या श्रीमंताच्या लग्नात अत्यल्प मजुरीवर

वरातीला डोक्यावर गॅसबत्ती मिरवण्याचा रोजगार जगदीशच्या नशिबी आल्याचे मला माहीत आहे. त्याच्या गरिबीची ही साक्ष पुरेशी ठरावी.

या अनुभूतीमुळेच सामान्य माणसांच्या कळवळ्यात जगदीश सतत असतो. त्याच्या चिंतनाचे व लेखनाचे विषयही असेच आहेत. असंख्य कामाचा बोजा घेऊन हा कार्यकर्ता फिरत असतो. त्याच्या बगलेत शबनम पिशवी आणि त्यात कविता, पत्रे, पत्ते, इतरांच्या कामाची कागदपत्रे हा पसारा घेऊन 'जगू' सकाळी बाहेर पडतो, ते रात्री ११ नंतरच परत येतो.

माझ्या शेजारच्या सप्तशृंगी देवीच्या मंदिरासमोर रात्रीच्या अंधारात घरी परतणारा जगदीश, भक्तिभावाने हात जोडताना मी अनेकवेळा पाहतो. स्वाध्यायासाठी पत्नीसह वणवण फिरणारा जगदीश, पांडुरंगशास्त्री आठवल्यांच्या प्रवचनातील दृष्टान्त भावोत्कट होऊन सांगणारा, श्रद्धेत न्हाऊन निघणारा जगदीश, कालीमठाच्या प्रणवानंदस्वामींच्या सान्निध्यात अध्यात्म जपणारा, काव्यातही भक्तिरस ओतणारा जगदीश, 'प्रणव' पासून 'धुळीतले ध्रुव' या साहित्यिक परंपरेचा निर्माता जगदीश, कर्जात बुडालेला दरिद्री प्रवासाचा प्रवासी जगदीश, डॉ. सैंदाणे बापूंनी मुलाच्या फ्रॅक्चरचे बिल घेण्यास नकार दिल्यानंतर कृतज्ञ झालेला जगदीश, किशोर अप्पा पाटील, केले काका, राजू अप्पा शिनकर अशा असंख्य नेत्या-कार्यकर्त्यांच्या चुलीपर्यंत विश्वास संपादन केलेला जगदीश, गरिबांच्या रोजगारासाठी- नोकऱ्यांसाठी धडपडत फिरणारा जगदीश-कितीतरी रूपं या माणसात साठवलीत?

कोण्या एका बाईला याने भोळेपणाने मदत केली आणि तीच बाई याला नंतर ब्लॅकमेलिंग करू लागली. तेव्हा जगदीश घाबरला, खचला. परोपकार उलटले. पण पुन्हा त्याच्या पुण्याईने त्याला सावरले. भास्कर वाघांचे बदनाम संदर्भही लाभले.

जगदीश अस्सल माणूस आहे. माझ्या डोळ्यांतले पाणी पुसण्याच्या प्रत्येक प्रसंगात इतर मुलांप्रमाणे जगदीशचे अस्तित्वही मला सतत भावले आहे. जगदीशच्या आगमनाने, विनोदी बोलण्याने माझे संपूर्ण घरच आनंदून जाते.

तसे तर सर्वच शिष्यांचे ऋण माझ्यावर कायम! नावांची यादी मोठी हीच माझी पुण्याई. अनेक शिष्य आज विविध क्षेत्रांत त्यांच्या पराक्रमाचे झेंडे फडकावत आहेत त्या सर्वांच्या यशात मी समाधानी आहे. जगदीशच्या आयुष्याची पताका मला आनंद देते. अभिमानासह आधारही देते.

--*

.३०.

दुःखमुक्तीची क्रांतिनिष्ठ नाळ

आमूलाग्र बदल म्हणजे क्रांती. पण क्रांती या संकल्पनेला ऐतिहासिक मूल्य आहे. ही संकल्पना मानवी इतिहासाच्या आश्रयाने विकसित होत आली आहे. देशाची क्रांती, समाज क्रांती, युगात्म क्रांती, आर्थिक क्रांती, औद्योगिक क्रांती, वैज्ञानिक क्रांती, हरित क्रांती इ. क्रांत्यांचा अनुभव आपण घेत आहोत. समग्र क्रांतीची कल्पना या सर्व प्रकारच्या क्रांतीवादी मूल्यांना पोटात घेऊन उभी आहे.

मानवी जीवनातील प्रचंड दुःखायात्रा माणसाच्या सर्व सामार्थ्याला आव्हान देऊन उभी आहे. त्या सर्व पातळ्यांवरील सर्व प्रकारच्या वेदनांचा नाश करण्यासाठी सर्व काळातील सर्व मानवी सामर्थ्य पणाला लावले गेले. फार मोठ्या प्रमाणावर माणसांची दुःखायात्रा सुसह्य झाली. मानवी सामर्थ्याने अनेक आपत्तींवर कायम विजय मिळवला. मृत्यू मात्र अद्याप माणसाला भिववत उभा आहे.

नैसर्गिक दुःखावर मात करण्याचा पराक्रम एका मर्यादेपर्यंत मानवी समाजाकडून सिद्ध झाला. पण अद्यापही मानवनिर्मित दुःखांचा नाश माणूस करू शकला नाही. म्हणून तर वांशिक दंगली, धार्मिक दंगली, जातीय दंगली जगभराच्या मानवतेला आव्हान देऊन रंगल्या आहेत.

दक्षिण आफ्रिकेतील वांशिक प्रइश्न आंतरराष्ट्रीय पातळीवर शेकडो वर्षांपासून मानवतेच्या वेणा घेऊन उभा होता.

नेल्सन मंडेलांच्या त्यागातून, राष्ट्रीय निष्ठेतून तेथे काळ्या जनतेची क्रांतिकारकता सिद्ध झाली आणि दक्षिण आफ्रिका गुलामीतून मुक्त झाला.

यासीन अराफात यांचा पॅलेस्टिनी मुक्ती संग्राम असाच आंतरराष्ट्रीय पातळीवर गाजलेला क्रांती अनुभव आहे. क्रांतीचे आणि मानवी समाजगटाच्या उत्थानाचे नाते आहे. क्रांती आणि बदल यांचा जवळचा संबंध आहे. शस्त्राचा

अवलंब करून राज्ययंत्रणा ताब्यात घेण्याचे प्रकार, जगाच्या पाठीवर अधूनमधून सतत घडतात. त्या बदलाला क्रांती म्हणता येणार नाही.

क्रांतीची नाळ माणसाच्या दुःखमुक्तीशी जुळली तरच होणारे सर्व बदल क्रांतीचा खरा अनुभव देतात. अन्यथा साधने क्रांतीचीच वापरून प्रतिक्रांतीचा धोकाही समाजाला कधीकधी व्यापक इच्छेविरुद्ध पत्करावा लागतो. तेव्हा मानवी जीवनाच्या मुळाशी जाऊन, व्यापक सुखाच्या अटीमध्ये होणारे आमूलाग्र बदल हेच क्रांतीच्या संकल्पनेशी संवादी असतात.

क्रांती ही भ्रांतीचा प्रकार म्हणूनही कधीकधी बेमालूमपणे पुढे येते. दिशाभूल झालेले क्रांतीचे पाईक, 'क्रांती' करायची या ध्यासाने भ्रांतीत सापडतात आणि त्यांच्याकडूनच क्रांतीचा गर्भपात होण्याचा धोका निर्माण होतो. म्हणूनच क्रांतीची संकल्पना ही सोपी नाही. तसेच क्रांतीचा व्यवहारही सोपा नसतो.

भौतिकशास्त्रात आणि भौतिक जीवनात अनेक नवे शोध आणि नवे सिद्धान्त आज रुजत असल्याने, क्रांतीची मूल्यात्मकताही तपासली जात आहे. शिवाय क्रांतीचा उद्देश आणि परिणामही आज तपासला जात आहे. क्रांतीच्या तत्त्वज्ञानामध्येही क्रांती होत आहे. कारण क्रांतीची जुनी परिभाषा, जुनी साधनसामुग्री आणि क्रांतीचा जुना संकुचित उद्देश, या नव्या काळात बाद ठरला आहे. अर्थात विश्वाच्या कुटुंबाची संकल्पना पुढे आल्यामुळे, माणसामाणसाचे भाषिक, प्रांतिक, भौगोलिक व ऐतिहासिक,सांस्कृतिक भेद, निंद्य ठरवले जात आहेत. म्हणूनच देशाची क्रांतिकल्पना ही, विश्वमानवतेच्या संकल्पनेशी संवाद साधूनच अर्थपूर्ण ठरत आहे. आंतरराष्ट्रीय मानवता सुरक्षित ठेवण्याच्या अटीमध्ये, देशीय अन्यायाविरुद्धच्या क्रांतीचे मूल्य श्रेष्ठ ठरवणे शक्य आहे. ज्या राष्ट्रांची क्रांती विश्वशांतीच्या, विश्वमानवतेच्या विरोधी जाणारी आहे, त्या राष्ट्रीय क्रांतीला क्रांती मानता येत नाही.

आंतरराष्ट्रीय मानवतावादाशी संवादी ठरणाऱ्या राष्ट्रीय क्रांतीला जगाच्या इतिहासात स्थान आहे. याचा अर्थ राष्ट्र ही संकल्पना आज विश्वमानवतेच्या संदर्भात गौण ठरत आहे. पण व्यवहाराच्या दृष्टीने क्षेत्रीय परिसरातील छोट्या छोट्या मानवी गटांचा भौतिक विकास साधणारी राष्ट्रीय क्रांती आणि सामाजिक क्रांती यांची आवश्यकता कधीच संपणारी नसते.

कारण मानवी जीवनाचे दुःख अद्याप बाकी आहे. भाकरीचा प्रश्न शिल्लक असेपर्यंत आर्थिक क्रांतीची गरज असणारच! मूल्यात्मक भ्रष्टाचाराची प्रकरणे जोपर्यंत घडत आहेत, तोपर्यंत क्रांतीची गरज असणारच! किंबहुना माणूस

जिवंत असेपर्यंत आणि जगाच्या अंतापर्यंत वैचारिक क्रांतीसह सर्व स्तरांवरील सर्व प्रकारच्या क्रांतिवादी क्षमतांची, मूल्यांची गरज कायम राहणार.

क्रांती झाल्यानंतरच्या काळात शांतीचे साम्राज्य यावे, निरामय जीवनाची त्यातून शाश्वती लाभावी, हे माणसाचे स्वप्न आहे. तेव्हा क्रांती आणि शांती यांचा हा अर्थपूर्ण अनुबंधही लक्षात घ्यावा लागतो. किंबहुना क्रांतीचा ध्यास शांतीच्या ध्येयवादाच्या सिद्धीतच श्रेष्ठ ठरतो.

--*

. ३१ .

विवेकानंद आणि मार्क्सचा सांस्कृतिक अनुबंध

मुरलीधर मंदिर संचालित स्वामी विवेकानंद सार्वजनिक वाचनालयाचे उदघाटन पिंपळनेर, ता. साक्री या प्रसिद्ध गावात माझ्या हस्ते संयोजकांनी करण्याचा घाट घातला. आयुष्याच्या पूर्वार्धात मी भजन-कीर्तन केलेला माणूस. अलीकडच्या काळात मात्र अगदी नास्तिकवादाच्या टोकाला गेलो असताना, डॉ. संभाजी पगारे आणि विजय सोनवणे या सार्वजनिक कार्यकर्त्यांनी मला पेचात पकडले. 'मंदिरात नवे ग्रंथालय' ही कल्पनाच मला क्रांतिकारक वाटली. कारण मंदिर हे भक्ती आणि अध्यात्माचे केंद्र म्हणून, तेथे अध्यात्मविद्येतून मोक्षाचा मार्ग देण्याची दिशा मिळते. तर ग्रंथालये ही आधुनिक ज्ञानाची स्फोटक केंद्रे असून विविध पातळीवरील विविध दिशांनी येणाऱ्या ज्ञान-विज्ञान प्रवाहांची ती यात्राच आहे. आधुनिक ग्रंथालये ही क्रांतिवादी विचारांचे स्फोटक आगार आहेत.

या निमित्ताने अध्यात्म आणि भौतिकवाद यांच्या संबंधाने मी पुन्हा चिंतन करू लागलो. आध्यात्मिक ग्रंथसंपदा आणि मार्ग हा 'शब्दप्रामाण्यावर' आधारित असल्याने, तेथे श्रद्धा आणि अंधश्रद्धांची परंपरा रुजणे-वाढणे शक्य झाले. या मार्गाने परमेश्वराप्रत जाता येणे शक्य आहे का? आवश्यक आहे का? कारण परमेश्वर हा दृश्य रूपात, सिद्ध रूपात सर्वांनाच सापडू शकेल, हे आजतरी वैज्ञानिक सत्य नाही. मोक्ष, मुक्ती, आत्मा, परमात्मा या संकल्पनांचा व्यूह जगातील सर्वच चैतन्यवादी प्रवाहांनी प्राणपणाने जपला. पोसला. पण ही संपूर्ण आध्यात्मिक जीवनधारणा पेलणारा जडवादी प्रपंच गौण ठरल्याने, मानवजातीचे अपरिमित असे भौतिक नुकसान झाले.

या पार्श्वभूमीवर यापुढे मंदिरांच्या आध्यात्मिक मूल्यपरंपरेच्या नाळेला जडवादी तत्त्वज्ञानाची, भौतिक समृद्धीची अपरिहार्य ठरणारी नाळ जोडणे आवश्यक

झालेय. पंचमहाभूतांच्या नाकारलेल्या प्रगट वास्तवतेची शास्त्रीय चिकित्सा करून नवे शोध, नवे दु:खमुक्तीचे उपाय मांडणे आवश्यक आहे. विविध देवदेवतांची भक्ती करणारा ग्रामीण व शहरी संस्कृतीमधील माणूस, उपाशीपोटी श्रद्धांची मूल्यपरंपरा जोपासू शकणार नाही. म्हणून त्यांच्या भाकरीचा प्रश्न मूलभूत मानून त्यांची सोडवणूक आवश्यक आहे.

भाकरीच्या प्रश्नाची मक्तेदारी फक्त मार्क्सवादाची नाहीच. मार्क्सला समकालीन असणारे स्वामी विवेकानंद हे भारतातील बहुसंख्य जनतेच्या दारिद्र्याबद्दल अत्यंत उदात्त सहानुभूतीने मूलभूत विचार मांडतात. 'स्वर्गातील चिरंतन सुखाचा ठेवा देणारा ईश्वर जर पृथ्वीवरच्या माणसांच्या भाकरीची व्यवस्था करणार नसेल, तर मी अशा देवाला मानणार नाही', असे या 'वेदान्ती समाजवाद्याने' स्पष्टपणे सांगितले. म्हणून माझ्या मनात विवेकानंद वजा वेदान्त बरोबर भारतीय मार्क्स हे समीकरण तरळले.

पिंपळनेरच्या या वाचनालयाचे नावही स्वामी विवेकानंद वाचनालय असेच संयोजकांनी ठेवले आहे. स्वामीजींनी पाश्चात्त्यांच्या भौतिकवादी प्रगतीचे स्वागत मुक्तपणे केले. विवेकनंदांचा संन्यासधर्म माणसाच्या इहवादाशी विरोधी नाही. कारण त्यांनी 'पुरुषार्थी व्हा, गरिबांचे उत्थान करा' हा गाभ्याचा संदेश दिला. भाकरीच्या अटीमध्ये ईश्वराचे अस्तित्व मान्य किंवा अमान्य करण्याचा धाडसी विचार जेव्हा हा वेदान्ती संन्याशी जगाच्या अजेंड्यावर मांडतो, तेव्हा तो सच्चा इहवादच सांगत असतो.

राष्ट्रातील श्रीमंत लोक हे शारीरिक व नैतिक दृष्ट्या मृत झालेले आणि म्हणून ते केवळ शोभेचे अलंकार असतात. खालच्या वर्गातील श्रमिक लोक हेच राष्ट्राचा खरा गाभा असल्याचा स्पष्ट निर्वाळा विवेकानंदांनी दिला आणि या खालच्या वर्गातील लोकांच्या उत्थानासाठी संघटनात्मक शैक्षणिक – सांस्कृतिक प्रयत्नांचा उपदेश केला. राज्यसत्ता या कनिष्ट वर्गाच्या हातीच जाणार असल्याच्या वास्तवतेचे स्वागत या दूरदर्शी महात्म्याने केले आहे.

वेदान्ताच्या भाषेत जर मार्क्स किंवा डॉ. आंबेडकर बोलले असते तर नेमके हेच बोलले असते ना? महात्म्यांच्या जाणिवांच्या दिशा आणि त्यांची वैचारिक प्रगल्भता पेलण्याचे सामर्थ्य विचारवंतांत आहे काय? आध्यात्मिक विवेकानंदांची ही इहवादी भूमिका, मार्क्सवादाशी संवादी असूनही, भारतीय कम्युनिस्टांनी या विधायक सत्याची उपेक्षा केली. परिणामत: मार्क्सवादाला या भूमीत रुजणे कठीण झाले. चैतन्यवादी परंपराही मानवाच्या इतिहासात विश्वात्मक

जाणिवा आणि विचार यांचे योगदान देऊन, मानवतेच्या कैवाराचे मूल्य रुजवणारी ठरली आहे. ही संपूर्ण परंपरा शब्दप्रामाण्याच्या आहारी गेल्याने गुरुवाद वाढला आणि चिकित्सा बंद होऊन चैतन्यवादाची मर्यादा सिद्ध झाली. हे सत्य असले तरी याच परंपरेच्या प्रेरणेने असंख्य साधुसंतांनी विश्वाला, मानवतेला प्रेमभराने कवटाळले. त्यांचा परमात्मा असेलही खोटा, पण खोट्या परमेश्वरावर भक्ती करताना त्यांनी स्वत:मधला माणूस विकसित केला. माणसाला माणूस बनवणारा नैतिक संस्कार दिला. म्हणून जडवाद्यांना या श्रद्धाळू अस्तित्ववाद्यांच्या माना कापून आपले सत्य मांडणे शक्य नाही आणि योग्यही नाही. तत्त्वज्ञानात्मक संघर्ष अटळ असला तरी, संवादाच्या जागाही आहेतच. दोन्ही विचारप्रणालींचा केंद्र माणूसच आहे. माणसाच्या जातीच्या पूर्वजन्माचा आणि पुनर्जन्माचा विचार मुख्यत: चैतन्यवादी परंपरेने मांडला आणि अनुषंगाने भौतिकवाद मांडला. या उलट जडवाद्यांची भूमिका आहे. म्हणून प्रत्यक्ष प्रमाण आणि अनुमान प्रमाण या निकषांवर आधारित ज्ञानपरंपरा सर्व दिशांनी विकसित होण्याची गरज आहे.

जडवाद पुरुष आणि स्त्री ही मानवी रूपे असल्याचे वैज्ञानिक प्रयोगशाळेतील जीवशास्त्रीय सत्य नोंदतो. या स्त्री-पुरुषांच्या भाकरीची-कपड्यांची सोय कशी करावी, याची दिशा देतो. विवेकानंदांच्या आध्यात्मिक व्यक्तिमत्त्वाने या सत्याची गंभीर नोंद घेतली. भारतभर प्रवास करून त्यांनी दु:खी माणसांची वेदना अनुभवली. म्हणूनच या स्वामीचे नाते पाठीमागे जाऊन याच वेदनेच्या व करुणेच्या संदर्भात बुद्धाशी जुळते. भारताचा भूगोल आणि इतिहास ओलांडून, जडवादी मार्क्सवादाशी हे नाते अर्थपूर्ण रीत्या संवाद साधते.

१९९१ च्या सुमारास भारतीय कम्युनिस्टांनी साम्यवादी क्रांतीच्या यशासाठी भारतीय संदर्भात स्वामी विवेकानंद हे स्फूर्तिस्थान असल्याची पावती देऊन, त्यांचा स्वीकार (फार उशिरा) केला आहे. आता क्रांतीवादी चळवळीत मार्क्सशेजारी विवेकानंद बसणार आहेत. संवादी मूल्यात्मकतेचे सामर्थ्य बेरजेत लक्षात घेऊन, महामानवता अतिभक्तीच्या किंवा टोकाच्या विरोधाच्या तुरुंगात टाकण्यापेक्षा, नव्या माणसाच्या उत्थानाच्या संदर्भात त्यांची विधायक मूल्यात्मकताच फक्त स्वीकारणे आवश्यक नसावे का?

--*

.३२.

माझा 'संघ' विरोध!

२६ मार्च ९४ ची सकाळ. प्रा. राजीव हजरनीस आणि त्यांचे एक सहकारी यांचे घरी आगमन. घरात अद्याप झाडझूड नाही. मी झोपेतच. थोडी तारांबळ. गुढीपाडव्याच्या शुभदिनी आर. एस. एस. चे संस्थापक डॉ. हेडगेवार यांना प्रणाम करून त्यांची स्मृती जागवणारा कार्यक्रम दरवर्षी होतो. या उत्सवासाठी प्रमुख पाहुणे म्हणून मला निमंत्रण देण्यासाठी, ही मंडळी होळीच्या दिवशी हजर होती.

''मी जरा चक्रावलोच. म्हणालो 'आर. एस. एस. च्या व माझ्या वैचारिक भूमिकेत तात्त्विक विरोध असून, अद्याप तरी आम्ही दोघांनी आपापल्या भूमिका बदललेल्या नाहीत. तेव्हा संघाच्या व्यासपीठावरील माझं आगमन, संघ परिवारात आणि सुधारणावादी चळवळीतही गोंधळ निर्माण करणारे ठरेल. माझ्या भाषणामुळे संयोजक म्हणून तुम्हीही अडचणीत याल.''

प्रा. राजीव यांनी या सर्व बाबींचा विचार अगोदरच झालेला असल्याचे सांगितले. शिवाय कार्यकारिणीच्या बैठकीत माझे नाव सुचविले गेले होते. कॉ. शरद पाटील, ॲड. एन. डी. सूर्यवंशी यांनाही यापूर्वी संघाने निमंत्रण दिले होते.

मी बुचकळ्यात पडलो. आपली वैचारिक भूमिका तडजोड न करता, कोणत्याही व्यासपीठावर मांडायला काय हरकत आहे? संघटना आणि लेबल कोणते आहे, यापेक्षा विचाराची दिशा आणि ध्येयवाद महत्त्वाचा नाही का? असे चिंतन मनात सुरू होते. डॉ. गंगाधर पानतावणे यांच्यासारखी आपलीही गोची होईल का? किंबहुना परिवर्तनवादी प्रवाहातील प्रामाणिक अभ्यासकांना संघाच्या कार्यक्रमात बोलावून त्या गटात, प्रवाहात संभ्रम निर्माण करायचा व मोहरे टिपायचे, त्यांचा 'बळीचा बकरा' बनवायचा; असे 'राजकारण' तर या प्रक्रियेत नसावे ना? आपली कट्टर हिंदुत्ववादी भूमिका तर सोडायची नाही, पण दुसऱ्या प्रवाहातील विद्धांनाना बोलावून त्याची धार बोथट तर करायची, हा डावपेच यात

नसेलच असे नाही! पण आणखी एक शक्यता आहेच. संघाची मंडळी अत्यंत प्रामाणिकपणे राष्ट्रभक्तीचा वसा चालवतात. त्यांच्या कल्पनेतील 'राष्ट्र' आणि प्रामाणिकपणावर पेललेला ध्येयवाद, याबद्दल आपले जरूर मतभेद आहेत. तेव्हा संघ परिवार आता अधिक डोळस बनण्यासाठी, विरोधी विचार समजून घेतो आहे काय? याउलट आपली वाटचाल दुरुस्त करण्यासाठी प्रयोग म्हणून विरोधकांना निमंत्रण देण्याचा प्रकार चालू असावा काय (?) या शक्यतेच्या आधारे विचार करू जाता, संघाची उदार भूमिका काहीशी स्वागतार्ह मानायला जागा आहे. संघाने म. गांधी, म. फुले, डॉ. आंबेडकर हे विरोधी प्रवाहातील महापुरुष जाहीरपणे स्वीकारून पूजलेत.

डॉ. हेडगेवार + गोळवलकर गुरुजी + गांधी + फुले + आंबेडकर, अशी बेरीज संघाने 'समरसता मंचावर' केली आहे. यात त्यांचा हेतू अत्यंत शुद्ध ज्ञाननिष्ठेचा आहे काय? कारण वर्णव्यवस्था आणि 'समाजवाद विरोध' तसेच कर्मठ हिंदुत्ववाद यांचे तात्त्विक समर्थन संघीय 'विचारधना' ने केले आहे. तेव्हा संघाला आपल्या भूतकाळाचे आत्मपरीक्षण करून, चुकल्याचे मान्य केल्याशिवाय गांधी, फुले, आंबेडकर पचवता येणार नाहीत. केवळ प्रतिमांच्या बेरजेमुळे तत्त्वांच्या बेरजा होत नसतात...!

फुले आणि आंबेडकर या दोन महापुरुषात सुद्धा प्रचंड विसंवाद आहेतच. तेव्हा विसंवाद आणि विरोध, अंधश्रद्धेने किंवा डावपेचाने शिल्लक ठेवून, साधनांच्या गैरवापरातून समतेच्या ध्येयवादाला न्याय देता येत नसतो. डाव्या चळवळीतही जातीयवाद प्रचंड दिसतो आहे. ब्राह्मण जातीयवाद, मराठा जातीयवाद आणि दलित जातीयवाद, यांच्यामध्ये समान सूत्र व एकवाक्यता असून हे सर्व जातीयवाद मानवतावादविरोधी आहेत म्हणून, ते गांधी, फुले, आगरकर, आंबेडकर, मार्क्स यांचे कट्टर शत्रू आहेत. तरीही संघवाल्यांना कोणतेही महापुरुष स्वीकारण्याचा हक्क आहेच. कारण महापुरुष हे कोणत्याही जातीची, गटाची, राष्ट्राची खाजगी प्रॉपर्टी नसतात. शिवाय स्वामी विवेकानंदांचा स्वीकार भारतातील कम्युनिस्टांनी अगदी अलीकडे केला; तेव्हा संघाने फुले, आंबेडकर स्वीकारले तर बिघडले कुठे? फक्त या दोन्हींच्या स्वीकारात सच्चेपणा हवा.

प्रतिमांच्या पूजनातून विचारांच्या अभ्यासाची व कृतीची प्रेरणा देण्याचे सामर्थ्य महापुरुषांच्या कर्तृत्वात दडले आहे. म्हणून 'राजकारण' आणि 'डावपेच' कुणाचाही असो, प्रामाणिक कार्यकर्ता डोळसपणे या महापुरुषांच्या जीवनांच्या अंगणात आला तरी तो क्रांत्विादी होणारच. म्हणून संघाकडे क्रांतीचे तत्त्वज्ञान

आणि महापुरुष नसले तरी, त्या वर्तुळातील सच्चे कार्यकर्ते, हे विरोधी प्रवाहातील क्रांतिवादी विचार आत्मसात करू शकतात. त्यांनी तसे करावे. ज्यांच्याकडे क्रांतीचे कोठार आहे, त्या गटात कमालीची भ्रष्टता, अंधश्रद्धा आणि क्रांतिविरोधी जाणीव फैलावत आहे. म्हणून क्रांतीच्या सिद्धीसाठी दोन्ही गटातील लबाड आणि ढोंगी नेतृत्वाला जाळून, दोन्ही वर्तुळातील प्रामाणिक, डोळस व क्रांतिवादी कार्यकर्ते एकत्र यावेत. सांस्कृतिक लोकशाहीच्या सिद्धीशिवाय, राजकीय लोकशाही जगणार नाही आणि ज्ञानाचे विकेंद्रीकरण म्हणजेच विचारांचा खुलेपणा, विचारमंथनातील शुद्धता यांच्याशिवाय प्रबोधनाची कोंडी फुटणार नाही.

संघ आणि कम्युनिस्ट या दोन टोकाच्या प्रवाहात शिस्तबद्धता आणि सच्चेपणा हे साम्य आहे. दोघांचा ध्येयवाद गाभ्यात संवादी आहे. उदा. सर्व माणसं सुखी व्हावीत, हा ध्येयवाद संघाच्या व कम्युनिस्टांच्या तत्त्वज्ञानात अभिप्रेत आहे. परिभाषा, काही सैद्धन्तिक संकल्पना आणि साधने याबाबत मात्र प्रचंड विरोध आहे. आत्मपरीक्षणाबाबत दोन्ही प्रवाह फारसे जागरूक नाहीत.

सर्व दिशांनी, सर्व स्तरांवरून, सर्व प्रवाहांतून, सर्व महापुरुषांच्या कर्तृत्वातून येणाऱ्या मानवतेच्या भौतिक सुखाच्या सिद्धीचे सामर्थ्य, स्वीकारणाऱ्या केंद्रस्थानी मी उभा आहे. प्रत्येक वैचारिक प्रवाहातील विकृती ठोकून, विधायक सामर्थ्याची बेरीज मला हवी आहे. म्हणूनच विवेकानंद आणि मार्क्स, आगरकर आणि आंबेडकर, बुद्ध आणि फुले यांसारख्या मानवतेच्या सर्व पुजाऱ्यांच्या मर्यादा वजा करून, त्यांचे सुसंवादी सामर्थ्य मला आवश्यक वाटते.

संघाच्या व्यासपीठावर मी कोणत्याही फोटोला व झेंड्याला प्रणाम न करता, वैचारिक संवादाची मूल्यात्मक गरज प्रमाण मानून माझ्या क्रांतिवादाची दार्शनिक भूमिका संघासमोरही ठेवण्याच्या अटीवर निमंत्रण स्वीकारले.

माझ्या वडिलांनी स्वत:च्या ऐतिहासिक बुरुजावर ओमचा भगवा झेंडा उभारून १९४७-४८ ला तेव्हाच्या जुलमी रझाकारांशी हत्यारबंद टोळीसह, लढाया केल्या. त्याच क्रांतिवादी सूत्राचा विकास माझ्या भूमिकेत होताना, जुलूम, मग ता कुणाचाही असो, त्याविरुद्ध क्रांतिप्रवणता सिद्ध करणे, मला आवश्यक वाटते. म्हणूनच झेंड्यांच्या निष्ठेपेक्षा, माणसाच्या इहलौकिक दु:खमुक्तीवरील, डोळस श्रद्धा, माझ्या चिंतनाचा विषय आहे. भगव्या वर्तुळातही विधायक विकास शक्य आहे. तसे सर्वच रंग राजकारण्यांनी बदनाम केलेत. म्हणून सर्वच वर्तुळांत सुरुंग पेरले पाहिजेत!

--*

. ३ ३ .

'दया' मूल्याची सांस्कृतिकता!

'दया' हे प्राचीन परंपरेतून चालत आलेले सांस्कृतिक मूल्य आहे. व्यक्तिस्वातंत्र्य, माणसाचे नैसर्गिक हक्क, इहवाद, समाजवाद, धर्मनिरपेक्षता इ. आधुनिक मूल्यव्यवस्था जेव्हा समाजजीवनात उदयाला आलेली नव्हती, त्या काळात माणसाच्या माणूसपणाकडे करुणाबुद्धीने पाहण्यासाठी, 'दया' या मूल्याची अभिव्यक्ती होत आली आहे! दया, क्षमा आणि शांती अशी ही मूल्यत्रयी परंपरेत मुख्य अधिष्ठान म्हणूनच प्रतिष्ठित स्थानावर सन्माननीय मानली गेली.

मार्क्सवाद, समाजवाद या आधुनिक विचारप्रणालीच्या दृष्टीने 'दया' हे प्रतिगामी मूल्य आहे. गांधीवादाची भूमिकासुद्धा याच 'दया' मूल्यावर उभी आहे. अस्पृश्यांना 'दया' दाखवून त्यांचा उद्धार करावा हा गांधीवादी विचार, आंबेडकरांनी धुडकावून लावला आणि याऐवजी माणसाच्या हक्कांचा उच्चार केला. तेव्हा जुना मानवतावाद, दया या मूल्याशी बांधील आहे. परंतु आधुनिक ज्ञानसंस्कारातून उदयाला आलेले महापुरुष, माणसाच्या दयेला मान्यता देत नाहीत. त्यांनी 'न्याय हक्काची' मागणी केली आहे. एका माणसाने दुसऱ्या माणसावर 'दया' करणे, हाच मुळी संपूर्ण माणुसकीचा पराभव आहे. कर्तव्य म्हणूनच माणसाने माणसाप्रती आपले कर्तृत्व रुजू करावे, ही नवी भूमिका आहे. समाजव्यवस्थेत माणुसकी प्रगट करण्याचे मुख्य साधनमूल्य म्हणून दया, क्षमा या तत्त्वांना महत्त्व होते. वरिष्ठवर्णिय आणि वर्णीय माणसाने, कनिष्ठ वर्गीयांवर दया करणे म्हणजे उपकार करणे होय. या 'उपकार' करण्याच्या प्रक्रियेत दया दाखवणाऱ्या माणसाचा अंहगंड जिवंत राहतो व तो वाढतो. याउलट दया करून घेणाऱ्याचा न्यूनगंड वाढतो. त्यामुळे या प्रक्रियेत माणसाचे स्वत्व संपते आणि 'उपकार' करणाऱ्या माणसाप्रती आत्यंतिक विनम्रता निर्माण होते. त्यानंतर मानसिक गुलामी वाढून समाजात शोषणाच्या क्रियेला अधिक गती येते. म्हणून 'दया' हे मूल्य मानवतावादी

तत्त्व जरी असले तरी हा मानवतावाद, शास्त्रीय मानवतावादाच्या तुलनेने कमी दर्जाचा आहे, असा निष्कर्ष ऐतिहासिक दृष्ट्या नोंदवता येतो.

दान करणे, दया करणे, क्षमा करणे या तत्त्वांना, मागच्या काळात मानवतावादाच्या संदर्भात फार महत्त्व होते आणि ते स्वाभाविकही म्हटले पाहिजे. पण आज मानवी जगत आणि जीवन अधिक संपन्न आहे. दयेच्या नावे काही कृती करण्याऐवजी, माणसाने स्वतःचे कर्तव्य म्हणून त्याची सेवा रुजू करावी; हीच मानवतावादी जाणीव प्रगल्भतेची निर्णायक खूण आहे. म्हणून आजच्या नव्या युगात 'दया' हे मूल्य मागे पडत चालले आहे. शिवाय 'उपकार' किंवा 'दया' दाखवून घेणारी व्यक्ती, दयेला पात्र असतेच असे नव्हे! आज मोठ्या शहरात भीक मागणारे आंधळे किंवा अन्य अपंग खरोखरच 'अंध' किंवा 'अपंग' असतात काय? हा संशोधनाचा विषय झाला आहे.

दया करण्यात दया दाखवणाऱ्या माणसाच्या मनात काही सार्थ अपेक्षा निर्माण होत असतात. त्यांची परिपूर्ती झाली नाही तर अपेक्षाभंग होतो. म्हणून कर्तव्यभावनेनेच कोणतेही चांगले काम करावे. व्यक्ती, कुटुंब आणि समाज यांच्यासंबंधाने कर्तव्यच श्रेष्ठ ठरते.

स्त्रियांना आणि मागास जातींना आज आपण विशेष सवलती दिल्या आहेत. या सवलती 'दया' म्हणून निश्चितच नव्हेत. त्यांचा हक्क आपण पूर्वीपासून नाकारला म्हणून, त्यांच्या अंमलबजावणीसाठी कर्तव्याचा भाग म्हणून आपण सवलतीचे धोरण राबवत आहोत.

हे सर्व खरे असले तरी, समाजातील खऱ्याखुऱ्या अपंगांना, आंधळ्या-पांगळ्यांना जीवन जगताना मदत करणे आवश्यक ठरते. अशा वेळी कर्तव्याची भावना जर माणसात नसेल, तर निदान 'दया' म्हणून तरी अपंगांचे दुःख दूर करण्याचा प्रयत्न करायला हवा! कर्तव्याच्या दृष्टीने संपूर्ण समाजाचे प्रबोधन जेव्हा पूर्ण होईल व ती प्रक्रिया सतत चालू राहील, तेव्हाच 'दया' या मूल्याची गरज संपेल. तोपर्यंत 'दया' या मूल्यातील प्रतिगामीपणा वजा करून त्याचे विधायकपण स्वीकारणे आवश्यक ठरावे!

--*

.३४.

प्रामाणिक पश्चात्ताप : एक संचित!

माणूस हा चुका करणारा प्राणी आहे. सत्य समजून घेतल्यावर चूक लक्षात येताक्षणी पश्चात्ताप होणे, हे माणूसपणाचे खास वैशिष्ट्य आहे. 'पश्चात्ताप' ही खास माणसाचीच सांस्कृतिक कमाई आहे. मानवेतर प्राणीसृष्टीमध्ये पश्चात्ताप नावाचा प्रकार नसावाच!

पश्चात्ताप ही आत्मपरीक्षणानंतरची अवस्था आहे. सहृदयता आणि प्रज्ञा यांना पेलणारी मानसिकता, कळत नकळत झालेल्या, केलेल्या चुकीबद्दल पश्चात्तापाला सामोरी जाते. पश्चात्तापानंतर एका निखळ, विशुद्ध मानसिकतेचा प्रवास पुन्हा ताजेपणाने सुरू होतो. मानवी जीवनात म्हणूनच 'पश्चात्ताप' या संकल्पनेला आणि वास्तवतेला मूल्यगर्भ महत्त्व प्राप्त झाले आहे. पश्चात्ताप हा एका अर्थाने त्या त्या व्यक्तीचा, विशिष्ट संदर्भात पुनर्जन्म असतो. पश्चात्तापाने नव्या आकांक्षांचे, नव्या स्वप्नांचे, नवे युग सुरू होते. म्हणूनच 'पश्चात्ताप' या अवस्थेत नव्या दुर्दम्य आशावादाची बीजे असू शकतात.

परंतु या आशावादी बीजांचे अंकुर काही व्यक्तींच्या आयुष्यात नव्याने उभारी धरतात, तर काही व्यक्तींच्या बाबत अगदी उलट घडू शकते. पश्चात्तापाने पोळलेले मन, घडलेल्या चुकीबद्दल किंवा चुकांबद्दल स्वत:ला दोषी ठरवून, आत्मघाताची शिक्षाही देण्यापर्यंत काही व्यक्तींच्या बाबतीत अनर्थ घडू शकतो. म्हणून पश्चात्ताप होणे हे व्यक्तिजीवनाच्या आणि व्यक्तीव्यक्तीतील संबंधाच्या दृष्टीने आवश्यक असले आणि विधायक असले तरी, स्वत:ला मृत्यूची शिक्षा देणारा पश्चात्ताप, समर्थनीय मानता येणार नाही. काही व्यक्ती स्वत:ची चूक लक्षात आल्यावरही स्वत:ला पश्चात्ताप होऊच देत नाहीत. उलट चुकांची संख्या आणि त्यांमधील क्रौर्य वाढवीत नेण्याकडे, त्यांचा कल असतो. रानटी अवस्था जगणारी ही मानसिकता, दोन पायांचे जनावरपणच सिद्ध करते.

पश्चात्तापाने दग्ध होणे आणि अंत:करण पिळवटून टाकून प्रांजळपणे त्याची कबुली संबंधितांकडे किंवा इतरांकडे देणे, हे सर्वार्थाने आवश्यक असते. अशा प्रकारचा पश्चात्तापच, मानवी जीवनातील विधायकतेला आकार आणि दिशा देणारा ठरतो. पश्चात्तापामध्ये मानवीय मूल्यात्मकतेचे सामर्थ्य असते. पश्चात्ताप सहृदय आणि डोळस व्यक्तीलाच होतो. तो पशूंना आणि निर्दय-निष्ठूर माणसांना होत नसतो. मानवी जीवनातील क्षमा, शांती, सुख, बंधुत्व, करुणा, मांगल्य इ. कल्याणकारी मूल्यात्मकतेच्या वृद्धीसाठी पश्चात्ताप ही मनोअवस्था अत्यावश्यक ठरते.

पश्चात्ताप काही खरे असतात, तर काही चक्क नकली. नाटकी, खोटेही असतात! म्हणून पश्चात्तापही तपासून घ्यावे लागतात. या चिकित्सेत खरा पश्चात्तापदग्ध माणूस बळी होता कामा नये! नाहीतर पश्चात्तापाचे सच्चेपण पारखण्यात चूक झाली तर, त्या व्यक्तीला खोटेपणाचे लेबल लावून अन्याय होण्याची शक्यता असते. खराखुरा पश्चात्ताप झालेले मन समजून घेऊन, त्याला कवेत घेणारी, त्याला क्षमा करणारी उदारता, व्यक्ती आणि समाज या दोन्ही स्तरांवर असणे, सांस्कृतिक अभिवृद्धीसाठी आवश्यक असते.

पश्चात्ताप ही आत्मपरीक्षणातून सिद्ध झालेली अवस्था असते. पण ज्ञानपरंपरेच्या विशुद्ध संस्कारातून चुका घडूच नयेत असा बोध, सातत्याने करीत राहणे आवश्यक आहे. त्यामुळे व्यक्तीकडून चुकाच होणार नाहीत किंवा निदान त्या कमीतकमी होतील, अशी व्यवस्था प्रयत्नाने जोपासली पाहिजे. त्यामुळे चुका कमी होणे म्हणजेच पश्चात्तापाची पाळीही कमी होणेच असते. परंतु 'चूक न करणारा माणूस' ही कल्पना, 'युटोपियाच' ठरावी! म्हणूनच माणूस जोपर्यंत माणूस आहे, तोपर्यंत तो केव्हा ना केव्हा चूक करणारच! आणि चूक होणे जेवढे अटळ, तेवढेच पश्चात्ताप होणेही स्वाभाविकच! सत्य आणि पश्चात्ताप यांचा अतूट अनुबंध असल्यानेच, माणसाच्या प्रत्येक संस्कृतीमध्ये प्रत्येक अवस्थेत 'पश्चात्ताप' हे विधायक मूल्य अत्यावश्यक मानले गेलेय.

--*

.३५.

'दुर्बलता' गुन्हा नव्हे !

दुर्बलता किंवा निर्बलता या शब्दातून अभिव्यक्त होणारा आशय मुख्यत: माणसाच्या शारीरिक दृष्ट्या आणि मानसिक दृष्ट्या विकलांगतेकडे निर्देश करतो. बलवानांच्या जगात दुर्बलता हा दोष मानला गेला आहे.

परंतु इतिहासाचे शास्त्रीय आकलन सांगते की, बलवानांच्या सामूहिक स्वार्थपरंपरांनी स्वत:च्या वर्गीय शोषणाला पूरक ठरणारे तत्त्वज्ञान मांडून, दुर्बलांच्या कायम शोषणाची व्यवस्था केली. या प्रक्रियेत सबळ आणि दुर्बळ अशी विभागणी कायम झाली. या विभागणीचे अधिष्ठान विषमतापूजक तात्त्विकतेने रुजवले गेले. मानसिक गुलामीतून शरीर-मानसिक दुर्बलतेचा उदय आणि त्याच निर्बलतेची सवय होऊन, सबलांच्या अन्यायाखाली दबण्यातच आयुष्याचे सार्थक मानण्याची प्रवृत्ती, दुर्बलांच्या इतिहासात दिसून येते. पण इतिहास असेही सांगतो की, एका मर्यादेपर्यंत दुर्बल मानसिकता अन्याय सहन करू शकते. जेथे दुर्बलांची सहनशीलता संपून जाते, तेथे दुर्बल मनसुद्धा बंड करून उठते. "आतापर्यंत मी हे सहन केले, पण यापुढे मी मुळीच सहन करणार नाही." असा बलदंड आत्मविष्कार व्यक्त करण्याची जिद्द, एखादा दुर्बल माणूसही दाखवू शकतो. माणसातील हे सामर्थ्य लक्षणीय आहे. इंग्रजांच्या तोफा-बंदुका छातीवर रोखल्या असतानाही सामान्य, अतिसामान्य भारतीय माणूस, निर्भयपणे क्रांतीची पताका घेऊन उभा राहिला! हे निर्बलांच्या अंत:करणातून प्रगट झालेल्या असामान्य सामर्थ्याचे उदाहरण आहे. दुर्बलता हा मानवतेवरील सर्वात घाणेरडा कलंक आहे. दुबर्लता पोसणे, तिच्या भांडवलातून शोषण करणे आणि दुर्बलांवर अन्याय करून सत्ता भोगणे, संपत्ती लुटणे हे अमानुष आहे. नैसर्गिक आणि मानवनिर्मित दुर्बलता निषिद्ध मानून, सर्व व्यक्ती सबळच होतील, राहतील असे व्यापक समाजवादी तत्त्वज्ञान आणि व्यवहार सिद्ध करणे एकूण मानवतेच्या समग्र कल्याणासाठी

आवश्यक आहे.

दुर्बलता हा त्या व्यक्तीचा दोष नसतो. म्हणून निसर्गत: दुर्बल ठरलेल्या प्राणीमात्रांना, त्यांच्या विकलांग अवस्थेतील वेदना आणि दुःखांपासून मुक्त करण्यासाठी, सर्व पातळीवर सर्व अंगांनी प्रयत्न करणे, हे मानवी संस्कृतीचे ध्येय असले पाहिजे. आयुष्याच्या वाटेवर निसर्गाचा तडाखा कुणालाही केव्हाही बसू शकतो. म्हणूनच मानवासमोरचे एक आव्हान म्हणून लंगडे, आंधळे, खुळे, मतिमंद, यांच्या आयुष्यात दिलासा निर्माण करणारी आदर्श प्रयत्नांची मालिका, सिद्ध करणे आवश्यक आहे.

मानवी जीवन जन्मत:च वेदनेच्या स्पर्शाने न्हाऊन निघालेले आहे. याचा शेवटही मृत्यूच्या वेदनेने बंदिस्त आहे. म्हणून जन्म ते मृत्यू या प्रवासात प्रत्येक व्यक्तीने संपूर्ण जीवसृष्टीला पुन्हा वेदनेचे चटके न देता, असलेल्या, लादलेल्या दुःख-यातनांची काळजी घेण्यातच, खरे समाधान आहे. हे समाधान दुःख हरण करणाऱ्यालाही आहे आणि दुःखाची तीव्रता कमी झाली म्हणून खुद्द दुःखितालाही आहे. तेव्हा दुःखावर निदान फुंकर तरी मारणे, हे प्रत्येकाचे मानवीय कर्तव्य आहे. माणसाच्या या फुंकरीमध्येच सर्व धर्माच्या नैतिक मूल्यांचा आणि सत्याच्या वाटेवरील सर्व ज्ञानश्रद्धांचा खरा अर्थ साठवला आहे. वेदनेवरील फुंकर हेच जीवनातील सौंदर्याचेही अधिष्ठान आहे. दुर्बलांच्या आयुष्याला मिळालेली ही मानवी प्रयत्नांची संजीवनी, माणसाचे सर्वश्रेष्ठ यश आहे.

सबलांच्या जगात दुर्बलांना जगण्याचा अधिकार, दुष्ट आणि अमानुष माणसांनी नाकारला असला आणि डार्विनसारख्या विद्वानाने निसर्ग वास्तवता म्हणून सबलांचे समर्थन केले असले तरी, आदर्श संस्कृतीला हा सिद्धान्त मान्य होऊ शकत नाही. दुर्बलता हा सांस्कृतिक दृष्ट्या गुन्हा नसतो. वास्तवतेवर मात करून सर्वांनाच अर्थपूर्ण समर्थ सुखमय जीवन जगण्याची संधी देण्यातच संस्कृतीचे मोठेपण साठवले आहे. दुर्बलांना दूर लोटण्यात पराक्रम नसून, त्यांची गळाभेट घेण्यात, त्यांना करुणाबुद्धीने सावरण्यात, उभे करण्यात पराक्रम असतो.

आंतरराष्ट्रीय पातळीवर सुद्धा अविकसित देशांची दुर्बलता, बलाढ्य राष्ट्रांच्या करुणेच्या कर्तव्याचा विषय न होता, केवळ शोषणाचा विषय ठरत असेल तर, विश्वमानवतेचा सांस्कृतिक पराभव म्हणून त्याची नोंद होईल. हा पराभव संपूर्ण मानवतेचा असतो. सबलांच्यासह!

--*

.३६.

'शालीनते'चा नवा अर्थ

शालीनता ही खास भारतीय संस्कृतीची सांस्कृतिक कल्पना असून या कल्पनेत साध्वीपणा, पावित्र्य, मांगल्य, नम्रता, रूजुता, सभ्यता, उदात्तता या गुणांचा समुच्चय झालेला आहे. 'शालीनता' या शब्दाची अर्थछटा खास स्त्रीत्वाशी संलग्न आणि संबंधित आहे. तेव्हा भारतीय स्त्री केवळ विनम्र, सुंदर आणि सभ्य असणे पुरेसे नाही. तर ती शालीन असली पाहिजे, अशी कल्पना जनमानसात रूढ आहे. अर्थात 'शालीनता' ही विशेषकरून भारतीय स्त्रीत्वाचा आदर्श गुणधर्म म्हणूनच स्त्री आणि पुरुषांनी मान्य केलेली संकल्पना आहे.

शालीनता या शब्दाच्या व संकल्पनेच्या कवेत येणाऱ्या मूल्यात्मक आशयाबद्दल, कुणाचीही तक्रार असण्याचे कारण नाही. विशेषत: नम्रता, सभ्यता असे गुण स्त्री आणि पुरुष या दोन्हींमध्ये आवश्यक आहेत, असे मानणे यात चूक नाही. पण पुरुषप्रधान संस्कृतीचा प्रभाव म्हणून, पावित्र्य हे मूल्य शालीनता या संकल्पनेशी अत्यंत घट्टपणे जोडले गेले असून, परंपरेच्या व्यवहारात पुरुषाच्या तुलनेने, स्त्रीच्या पावित्र्यावरच अधिक भर दिला आहे. स्त्रीत्वाचा आदर्श, योनीच्या शुद्धतेवर ठरविला गेला आहे. शालीनतेची संकल्पना या अर्थाने पुरुषवर्गाशी संबंधित ठेवली गेली नाही. स्त्री-पुरुष विषमतेचे जे अनेक पदर आहेत, त्यांचे अधिष्ठान म्हणजे लैंगिक शुद्धता असून, ती केवळ स्त्रीच्या पावित्र्याशी संबंधित ठेवली गेली.

यातूनच डोक्यावरचा पदर नाकापर्यंत घेणे, डोक्यावरून पदर थोडाही न ढळू देणे, अंग झाकून घेतले जाईल असा पदर जपणे, मोजकेच स्मितहास्य करणे, डोळ्यांची पापणी वर न होऊ देणे, जमिनीकडे पाहात बोलणे, मंजुळ कोमल आवाजात पतीशी व इतरांशीही बोलणे, बुरखापद्धती इ. कर्मकांड स्त्रीच्या संबंधाने उभे केले गेले. या प्रकारामध्ये स्त्रीसुलभ लज्जाभाव, कोमलता वगैरे भाव, स्त्रीत्वाचा सहज आविष्कार म्हणून योग्यच ठरावा. परंतु स्त्री-पुरुषांमधील विषमतेची पूजा करणारी

बुरखापद्धती, गोषापद्धती किंवा डोक्यावरच्या पदराचे ढळणे म्हणजे महापाप समजण्याची पद्धती, समतेच्या संकल्पनेची विरोधक आहे.

स्त्री-पुरुष प्रेमाची बंधमुक्त मूल्यात्मकता अभिव्यक्त करणारी नम्रता, सभ्यता आणि मांगल्य या उदात्त मूल्यांवर डोळस निष्ठा असणारी शालीनता, आज आणि उद्याच्या मानवी समाजाला आवश्यकच आहे. पण स्त्रीत्वाची शोषणव्यवस्था टिकवणारा, याच शालीनतेमधला एक जहरी आशयाचा पदर जाळावा लागणार आहे. प्रेममूल्य आणि स्वातंत्र्यमूल्य यांच्या प्रामाणिक अभिव्यक्तीवर बंधने घालणारी, पुरुषी वर्चस्वाची संस्कृती, स्त्रीच्या माथी शालीनतेची एकतर्फी जबाबदारी मारून, समस्त पुरुषवर्गाच्या स्वार्थाची सोय करीत असते. या प्रवाहाचे ओझे 'शालीनता' या संकल्पनेच्या अंगाने, स्त्रियांनी स्वतःचे भूषण मानून स्वीकारले आहे. 'शालीनता' या संकल्पनेच्या आशयातील प्रतिगामित्व आणि गुलामी तिच्या लक्षातच आलेली नव्हती. कारण या गुलामीची सांगड, नम्रता, सभ्यता, मांगल्य या सुंदर आणि सभ्य अशा विधायक सांस्कृतिक मूल्यांशी बेमालूतपणे परंपरेत घातली गेली. म्हणूनच हातातील सुंदर काकणे स्त्रियांनी सुंदर अलंकार मानले, त्यापाठीमागे असलेला बेड्यांचा संदर्भ त्यांना गवसला नाही. मंगळसूत्र हे सौभाग्याचे लेणे म्हणून आनंदाने आणि अभिमानाने परिधान करताना, भारतीय स्त्रीच्या मनाला परंपरेने लादलेला त्या पाठीमागचा पुरुषी स्वार्थ आणि एकतर्फी लादलेल्या गुलामीचा संदर्भ लक्षात आला नाही!

आजच्या नव्या स्त्रीने समानतेच्या युगाचे मूल्यभान स्वीकारून, सभ्यता आणि समता यांची स्वातंत्र्याच्या अटीमध्ये बंधमुक्त अभिव्यक्ती प्रमाण मानली आहे. या उदात्त आणि आधुनिकतेच्या अर्थाने ती शालीनही आहे. पण आता तिची शालीनता, एकूण मानवतेच्या स्वातंत्र्य आणि समता या मूल्यांशी संवाद करणारी आणि जुन्या बुरसटलेल्या आशयाच्या गुलामीसह झुगारून देणारी आहे.

--*

. ३७.

उपोषण : अहिंसात्मक युद्ध!

उपोषण हे न्याय्य हक्काच्या सिद्धतेसाठी अन्यायाच्या विरुद्ध वापरले जाणारे घटनात्मक हत्यार आहे. भारतीय स्वातंत्र्यलढ्यात म. गांधींनी याच उपोषणाच्या साधनाचा, स्वातंत्र्य मिळविण्याच्या उदात्त ध्येयवादासाठी सुयोग्य वापर केला. उपोषणाच्या हत्याराची ताकद आणि त्याचे मूल्य, गांधीजींनीच वाढविले. अन्यायाचा प्रतिकार करण्यासाठी उपोषणाने स्वत:ची आत्मशुद्धी करून, अन्यायकर्त्यांचे हृदयपरिवर्तन करण्याची भूमिका, 'उपोषण' या संकल्पनेत अभिप्रेत आहे. ही संकल्पना अहिंसा या उदात्त मूल्याशी संवादी असून, साध्याच्या शुचितेलाही ती पूरक, आवश्यक असणारी संकल्पना आहे.

'उपोषण' ही सत्यासाठी, सत्याच्या अटीमध्ये असत्याविरुद्ध किंवा अन्यायाविरुद्ध केलेली बंडखोरीच असते. हे अहिंसात्मक युद्ध आहे. 'मी यापुढे हा अन्याय सहन करणार नाही. त्यासाठी मी अन्नाचा त्याग करून आत्मबलिदान पत्करेन.' हा माणसाचा निर्धार, उच्च कोटीतील मूल्यात्मक आविष्कार असतो. अर्थातच 'उपोषण' या संकल्पनेचा एक पदर अहिंसेशी तर दुसरा पदर सत्याशी जुळूनच संवादी बनलेला असतो. म्हणून सत्य आणि अहिंसा या मूल्यांच्या अनुपस्थितीत आपण 'उपोषण' या संकल्पनेचा अर्थच सिद्ध करू शकत नाही. या मूल्यांच्या अधिष्ठानावर उपोषणकर्त्याच्या मागणीचे मूल्यही जोखले जाते. म्हणून मागणीसुद्धा न्याय्यच असली पाहिजे. त्याशिवाय 'उपोषण' या प्रकाराला अर्थ प्राप्त होत नाही. स्वातंत्र्य चळवळीतील सत्याग्रह आणि उपोषण यांची मालिका, व्यक्तिगत आणि सामूहिक आत्मप्रत्ययाचे सामर्थ्य सांगणारी ऐतिहासिक नोंद आहे. माणसातला सच्चा माणूस 'उपोषण' प्रसंगी सत्याग्रही बनतो. त्यांच्या अंतरंगातील सर्व सामर्थ्य त्या वेळी उफाळून वर येते आणि स्वत:लाच स्वत:चे एक वेगळे नवे रूप दिसू लागते. माणसाचे हे सुप्त सामर्थ्य प्रचंड असते. त्या

सामर्थ्यात न्यायासाठी स्वतःला संपवून घेण्याची शक्ती अवतरते. न्यायासाठी बलिदान पत्करणारी माणसं, सार्वजनिक जीवनात 'शहीद' ठरतात. शहीदांच्या समर्पित जीवनाचे आदर्श हेच त्या त्या देशातील संस्कृती व समाजाचे दीपस्तंभ असतात.

स्वातंत्र्यप्राप्तीनंतर 'उपोषण' हा प्रकार लबाड आणि दांभिक मंडळींच्या दैनंदिनीचा देखील भाग बनला आणि त्याचे महत्त्व आणि मूल्यही बोथट झाले. किंबहुना संशयास्पद सुद्धा झालेय.

अनेक कार्यालयांसमोर उपोषणाचे तंबू सतत दिसत राहतात. कोंडीत पकडणे, दहशत बसवणे, स्वार्थ साधणे या विकृतीसाठी सुद्धा उपोषणाचे हत्यार आज वापरले जात आहे अशी ओरड आहे. न्याय्य मागण्यासाठी उपयोगात येणारे 'उपोषण', आज अन्याय करण्यासाठी जर 'वापरले' जात असेल, तर माणसातल्या या पशुत्वाला काय म्हणावे?

याचा अर्थ ही लबाड प्रवृत्ती आजकालच्या सर्वच उपोषणांत आहे, असे म्हणता येत नाही. अन्यायाने नोकरीतून काढलेले कामगार, मजूर, नोकर लबाड कसे ठरावेत?

चांगल्या साधनांचा गैरवापर करण्यात माणसातील करप्ट बुद्धिवाद, आज आघाडीवर आहे. हा सुशिक्षित समाजातून निर्माण झालेला नवा धोका प्रचंड घातक आहे. याच मूल्यात्मक भ्रष्टाचाराने लोकशाहीची संकल्पना जाती-धर्माच्या आणि आर्थिक विषमतेच्या चिखलात कुजवली. समाजवादाचा जयघोष करून त्याचे क्रांतिवादी मूल्यच गिळंकृत केले. मानवतावादाच्या खोट्या कैवारातून याच वैचारिक भ्रष्टतेने माणूस नाकारून मानवतेचा द्रोह केला.

सर्व विज्ञान शाखांमधील ज्ञानाचा विकास, माणसाच्या बुद्धिवादाचा जबरदस्त चमत्कार आहे. पण हा विकास मानवी मनाला स्पर्श करीत नसेल, तर प्रचंड सामर्थ्य प्राप्त केलेला हा माणूस दोन पायाचा पशूच राहतो.

'उपोषण' या संकल्पनेत व परंपरेत सत्य, न्याय, अहिंसा या तत्त्वांचा आढळ आहे. माणसांची ही कमाई संस्कृतीचे संचित आहे.

--*

.३८.

लोकशाही : सामान्यांच्या विकासाची पूर्व अट!

लोकशाही मूल्यव्यवस्था भारतीय जनमानसात निर्दोषपणे रुजल्याची वास्तवता नाही. लोकशाहीचा प्रयोग सिद्धीस नेणारे घटक मानसिक, व्यावहारिक, तात्त्विक पातळीवर 'करप्ट' झाल्याने, लोकशाहीचे भवितव्यच संशयास्पद झाले आहे. राजकारण्यांनी तर लोकशाहीचा 'येळकोट' वाजवून स्वत:च्या स्वार्थाची सोय केलीच. पण ज्ञानवंत-कलावंत, न्यायालये, विद्यापीठे, महामंडळे इत्यादी स्वायत्त आणि स्वतंत्र्य क्षेत्रांमधील महाभागांनी सुद्धा, राजकारण्यांना लाजवतील असे उद्योग तडीस नेऊन लोकशाहीच्या तत्त्वांना डांबर फासवण्याचा पराक्रम रुजवला. आर्थिक किंवा संपत्तीचा भ्रष्टाचार हा निंदनीय असतोच. पण मूल्यांचा किंवा तत्त्वाचा भ्रष्टाचार, कोणत्याही विकासोन्मुख समाजाला परवडणारा नसतो. म्हणून तत्त्वाचे मारेकरी हेच मानवी संस्कृतीचे खुनी असतात. व्यक्तिवादाचे स्तोम माजविण्याची प्रवृत्ती, भारतीय जनमानसात पुराण व इतिहासकाळापासून रुजवली गेली आहे. देव आणि देवतांच्या गौरवात माणसाने स्वत:चे स्वत्व हरवून बसल्याच्या कथा आज आपण वाचतो. ईश्वरी संकल्पनेची निर्मिती करणारा, ती कल्पना वास्तवता म्हणून स्वीकारून पूजणारा माणूस स्वत:ला मात्र क्षुल्लक समजतो.

इतिहासातील सर्व वीरपुरुषांचा पराक्रम सुटा सुटा असतो काय? त्यांच्या कर्तृत्वाचे पायाभूत आधार, तळातील मानवी समूहाच्या निष्ठा आणि कृतीवर उभे असतात. पण हे मौलिक सत्य व्यक्तिवादी प्रवृत्तीला बळी पडलेल्या इतिहासकारांना आकळता आले नाही. इतिहासाच्या प्रत्येक कालखंडात सर्वसामान्य जनतेचे योगदान हे निर्णायकच असते. विशिष्ट व्यक्तीच्या प्रभावातच इतिहास पाहण्याची, लिहिण्याची व वाचण्याची सवय आपणास लागली आहे. लोकशाहीच्या नव्या प्रयोगास ही सवय आणि व्यक्तिवादाचा गौरव मारक आहे. शिवाय व्यक्ती

स्वयंभू असू शकत नाही. समाजपरंपरेच्या संस्काराचे ऋण स्वीकारूनच व्यक्ती समाजजीवनात उभी असते. आदिम काळापासून सिद्धीस गेलेल्या एकूण मानवाचे सर्वार्थाचे शहाणपण, सामूहिक वारशातून प्रत्येक व्यक्तीच्या पुढ्यात येते. प्रत्येक माणूस आपापल्या कुवतीनुसार ते शहाणपण स्वीकारून-पचवून स्वत:चे जीवन समृद्ध करतो. या प्रक्रियेत त्या व्यक्तीच्या विशेषत्वाचा प्रभावही त्याच्याच कर्तृत्वातून समाजजीवनात प्रतिबिंबित होतो. व्यक्तीच्या कर्तृत्वाचा ठसा पचवून, समाजजीवन वळणे-वळसे घेत गतिमान होत असते. व्यक्ती आणि समाज यांच्या अनुबंधाची ही वास्तवता लक्षात घेऊनच, व्यक्तिवादी प्रवृत्तीला आळा घालणे आवश्यक असते.

समाजाच्या व्यापक हितासाठीच लोकशाही जीवनप्रणालीच्या, संपूर्ण विश्वाने प्रमाण मानलेल्या या आधुनिक कालखंडात, व्यक्तीच्या अहंता पोसण्याचे कर्तृत्व पापात्मक ठरते.

माणूस हा तसा विचित्र आणि गुंतागुतीचे व्यक्तिमत्त्व घेऊन आलेला प्राणी आहे. स्वत:ची संपूर्ण बुद्धिमत्ता, विद्धत्ता पणाला लावूनही, तो स्वत:च्या सोयीसाठी लोकशाहीच्या मूल्यांना बेचिराख करू शकतो. करतो!

ज्ञानमंदिराच्या सोज्वळ परिसरात व सात्त्विक पर्यावरणात, सत्याचा गळा घोटून आणि उज्ज्वल संकेतांवर बलात्कार करून, क्षुद्र स्वार्थ आणि व्यक्तिवादी अहंता पोसणारे, ज्ञानाला वाहून घेणारे उच्चपदस्थ 'बडवेही' कमी नसतात.

राजकारणी आणि ज्ञानकारणी यांचा ध्येयवाद, जेव्हा सत्तेच्या मुशीतून उगवतो, तेव्हा तथाकथित स्वायत्तता आणि अभ्युदयाचे उत्तरदायित्व हे फक्त बेगडी शब्द उरतात. सत्याचे गणित उलटे होऊन बाकी उरते फक्त सत्तेचे राजकारण! लोकशाहीच्या मरणकळा याच विकृत राजकारणातून सुरू होतात. लोकशाहीत सर्वांचा विकास गृहीत आहे. त्यासाठी सत्याचेच राजकारण हवे! माजलेले सत्ताधारी, आदर्श लोकशाहीचे मारेकरी असतात!

--*

.३९.

शिवाजी महाराजांच्या अनैतिहासिक विवाहाचे 'अब्राह्मणी' पौरोहित्य!

शिवसेना आणि कम्युनिस्ट यांचा मुंबईतील संघर्ष तेव्हा कळसाला पोचला होता. घरदार सोडून कुठेतरी दोन वेळच्या जेवणाची सोय पाहावी म्हणून मी कम्युनिस्टांच्या गोतावळ्यात रुजलो. लाल निशाण गटानंतर कॉ. डांगे यांच्याकडे मी आकर्षित झालो. रोझा देशपांडे यांची लोकसभेची उमेदवारी १९७२ ला जाहीर होऊन प्रचार सुरू होता.

मी नवा माणूस! त्यांच्या प्रचारगाडीत बसलो होतो. लाल झेंडे आणि कम्युनिस्ट पार्टीचे बॅनर लावलेली कार, दादरचा पूल ओलांडून पुढे गेली तेव्हा बाजूने शिवसेनेच्या मोर्च्याचे आगमन झाले. काय होत आहे हे कळण्याच्या आतच ५-६ शिवसैनिकांनी आमची कार घेरली. प्रसंग पाहून जाणत्या सराईत कार्यकर्त्यांनी कारचा दरवाजा उघडून पळ काढला. ड्रायव्हरही पळाला. मी मुंबईच्या हाणामारीशी तसा पूर्णत: नवखा! पळताना उशीर झाला. एका शिवसैनिकाने कार पेटवण्यासाठी काडीपेटी काढली होती. मी जोर लावून पळणार, एवढ्यात एका शिवभक्ताने माझ्या डोक्यावर काठी मारली. मी झांज येऊन कोसळलो.

शिवाजीमहाराजांचे विसाव्या शतकातील आंधळे भक्त, गरिबांच्या भाकरीचा प्रश्न ऐरणीवर ठेवणाऱ्या कम्युनिस्टांना शत्रू नंबर एक समजून ठोकतात तर! शिवाजीमहाराज तर गोरगरिबांच्या दरिद्री संसाराची काळजी वाहणारे राजे! मग असे का?

शिवसेनेची काठी टाळक्यात बसल्यापासून मी शिवाजीराजांच्या कर्तृत्वाबाबत आणि त्यांच्या वाट चुकलेल्या अनुयायांबाबत अधिक गांभीर्याने चिंतन करतो आहे. कम्युनिस्टांच्या वर्गसंघर्षात हिंसेचे समर्थन व्यवहारात घडले असले तरी, ही माणसं कमालीची मायाळूही असतात, हा माझा व्यक्तिगत अनुभव आहे.

शिवसेनेची काठी डोक्याला बरीच लागली. तेव्हा कम्युनिस्टांच्या दुसऱ्या

तिसऱ्या फळीतील एका कार्यकर्त्या महिलेने मला पट्टी बांधली. धीर दिला. साम्यवादी वातावरणाची ही झलक अनुभवताना, मार्क्सवाद भावत होता. पण या घटनेचा खोलवर मानसिक परिणाम झाला!

बाळासाहेब ठाकरे यांचा शिवाजी, कॉ. शरद पाटलांना अमान्य असल्यामुळेच शिवसेनेच्या गोटातून शिवाजी काढला पाहिजे, हा राजकीय स्वार्थ पाटलांनी निष्ठेने जपला. पण हे अवघड काम करायचे कसे? कॉ. पाटलांचा अभ्यास इथे त्यांच्या मदतीला धावून आला. शिवाजीराजांनी दुसरा राज्याभिषेक करवून घेतला आणि तो तांत्रिक पद्धतीने घडवला, हे इतिहासातले सत्य!

तांत्रिक राज्याभिषेक करण्यापूर्वी कनिष्ठ जातीच्या स्त्रीबरोबर राजाचे लग्न लावण्याचा विधी असतो, ही माहिती कॉ. पाटील यांनी पां. वा. काणे यांच्या धर्मशास्त्रासंबंधीच्या ग्रंथातून उचलून, शिवाजीच्या दुसऱ्या राज्याभिषेकाशी जुळवली आणि सांगितले की, शिवाजीमहाराजांनी नववा विवाह एका अस्पृश्य स्त्रीबरोबर केला होता. पण हे सत्य 'ब्राह्मणी' इतिहासकारांनी लपवले. आहे की नाही कमाल?

महाराष्ट्रातील मराठा आणि महार या सामर्थ्यस्थानांची सोयरीक जुळवून, शिवसेना व हिंदुत्ववादी यांच्या हातून शिवाजीराजांना पळवून नेण्यासाठी, कॉ. पाटील यांनी शिवाजीच्या नवव्या लग्नाचे पुरोहितपण स्वीकारले. महाराजांसाठी नवी पत्नीही शोधून आणली, त्यासाठी सोयराबाईचे 'पट्टराणीपदही काढून घेतले आणि अस्पृश्य स्त्रीशी विवाह लावण्याचे 'ब्राह्मणी' कार्यही केले.

शिवाजीराजे आणि इतिहास यांच्याप्रती ओसंडून वाहणारी केवढी ही संशोधनात्मक निष्ठा (?). शिवसेनेने शिवाजी वाईट मार्गाने वापरला, हे निंदनीय आहेच; पण कम्युनिस्ट चळवळीतील नवमार्क्सवादी कॉ. पाटलांनी तरी शिवाजीराजांना वापरण्याचे सोडले काय? रस्त्यावरची दादागिरी आणि संशोधनातील दादागिरी, यांमध्ये मूल्यात्मक फरक कोणता? संशोधनाच्या विश्वात विकृती रुजवून कॉ. पाटील, 'माफुआवादी शिवसेना' निर्मित आहेत काय? तसे असेल तर कॉ. शरद पाटील हे अभ्यासक्षेत्रातील बाळासाहेब ठाकरे ठरतील (?).

राजकारणातील स्टंटबाजी आणि स्वार्थी बेरजांची कारस्थाने करणारी विकृत प्रवृत्ती, संशोधनाच्या विश्वातही शिरली तर, या दंडेलशाहीतून सत्याचा खून अटळ आहे आणि तो कॉ. पाटील यांच्यामधील राजकारण्यावर मात करणाऱ्या प्रामाणिक अभ्यासकासह कुणालाही परवडणारा नाही.

शिवसेनेच्या प्रवाहात वाढताना श्री. छगन भुजबळांनी नथुराम गोडसे यांच्या तथाकथित देशभक्तीचे समर्थन केले. श्री. भुजबाळांनी शिवसेनेच्या शिवाजीचा

वारसा गोडसेला भिडवून पुन: पुन्हा गांधीहत्या केली. आता गांधीप्रणित कॉंग्रेसमध्ये मंत्रीपद भूषवताना, त्यांना म. फुल्यांच्या समतेने अधिक आकर्षित केले. या कोलांट्या उड्या राजकारणात क्षम्य (?) पण सत्याच्या संशोधनात अक्षम्यच ना?

स्वार्थाचे राजकारण आणि राजकारणातील स्वार्थ आपण जरूर समजून घेऊ. पण स्वार्थाचे संशोधन आणि संशोधनातील स्वार्थ, ही वास्तवता, सत्याच्या अपलापातून उपजते. या प्रवृत्तीचा पसरत, वाढत जाणारा वणवा, राजकारण, अर्थकारण, समाजकारण या सर्वांसह माणूसच जाळून टाकतो.

या पार्श्वभूमीवर शिवसेना खरोखरच 'शिवाजीवादी' आहे काय? हा प्रश्न बाळासाहेब ठाकरे यांनी मराठ्यांचा इतिहास वस्तुनिष्ठपणे अभ्यासून सोडवला पाहिजे. त्यांचा पिंड प्रबोधनकार ठाकरे यांच्या रक्ताचा असूनही, सत्याच्या अभ्यासाबाबत फारसा अनुकूल नाहीच! पण निदान कॉ. पाटलांची तरी प्रवृत्ती मूलत: अभ्यासात रमणारी आहे. त्यामुळे त्यांनी राजकारणाचे आडाखे मनात जुळवून, इतिहासाच्या दोन सत्याच्या नोंदीमधील अंतर विकृत स्वार्थाने व सोईस्कर कल्पनाविलासाने भरून काढणे अशोभनीय आहे. वर्तमान राजकारणाच्या सोईसाठी इतिहास बदलवून, विकृत करून, तोच खरा असल्याचा भास निर्माण करण्यात, व्यक्तिवादी गौरवाची खाज शमवून घेता येते. पण या असत्याच्या नोंदीने नवा इतिहास निर्माण करता येत नसतो. विकृत इतिहास व विकृत प्रेरणा यांमधून विकृत भविष्य जन्माला येते.

उजव्या व डाव्या प्रवाहात हा नवा धोका शिवाजी, मार्क्स, फुले, आंबेडकर या पवित्र नावांच्या नामघोषात रुजतो आहे. सावधान!

--*

.४०.

सत्य व सत्तेचे डायलेक्टिक्स

सत्य या सांस्कृतिक मूल्याचा आणि सत्ता या वास्तवतेचा सनातन संघर्ष चालू आहे. आदर्शवादाच्या संकल्पनेनुसार सत्ता हे सत्याच्या पूजेचे-अंमलबजावणीचे साधन आहे. पण मानवी इतिहासात सत्ताधाऱ्यांनी सत्याचा जेवढा गळा दाबला तेवढा कोणीच नाही. काही सत्ताधारी एवढे क्रूर आणि बेरकी की त्यांनी सत्याचा जयघोष करीत करीतच सत्याच्या उपासकांना अंधारात लोटले. सत्याची शक्ती तरीही परंपरेच्या प्रवाहात कायम रुजलीय. म्हणूनच कोणत्याही सत्ताधाऱ्यास सत्याची फारकत घेणे उघडपणे अशक्य असते.

सत्तेचे सिंहासन इतिहासजमा झाले तरी त्याची प्रतिकृती आणि प्रतीक म्हणून खुर्ची, आज सर्वदूर कायम आहे. खुर्ची मिळवणे, ती टिकवणे किंवा ती पाडणे हा तसा मनोरंजक आणि जीवघेणा सुद्धा खेळ आहे. या खेळात सत्ता मिळविणे हाच ध्येयवाद प्रमाण मानला जातो. सत्तेचा वापर स्वार्थासाठीच करण्याची प्रथा आज अधिक प्रतिष्ठित होत आहे. प्रथम स्वत:चा, नंतर स्वकीयांचा या क्रमाने स्वार्थाची कक्षा आणि प्रमाण वाढत जाते. त्यातून समान हितसंबंध निर्माण होतात आणि त्यातूनच आपलेपणासुद्धा निर्माण होतो. परस्परांच्या स्वार्थाची सोय करणाऱ्या डावपेचांना आणि कारस्थानांना राजकारण म्हणण्याची प्रथा आहे.

सत्याचा आणि राजकारणाचा कधी काळी या देशात आणि विश्वातही अत्यंत जवळचा अनुबंध होता. तेव्हा सत्याच्या अटीमध्ये राजकारण केले जात असे. त्यामुळे विशिष्ट तत्त्वे अपरिहार्य होती. पण सत्तेच्या स्वार्थाने माजून गेलेल्या अनेक पिढ्या, राजकारणाला बदनाम करून गेल्या. सत्याला फासावर चढवूनच ज्यांनी खुर्ची भोगली, त्यांच्या वारसदारांनी आणि अनुयायांनी सत्ता हेच अंतिम सत्य मानून कुरूप इतिहास घडवला. 'राजकारणातील आदर्श' आणि 'आदर्श राजकारण' या पवित्र संकल्पनांना येथेच काळिमा फासला. संपूर्ण

राजकीय विश्वच सत्याच्या अपलापावर आणि सत्याच्या विडंबन-विरोधावर पोसले-उभारले गेले. त्यामुळे बेशरमी आणि दांभिकता यांना टिकण्याच्या क्षमतेमुळे आणि निर्भयपणाच्या प्रतिष्ठेमुळे भरती आली. टगेगिरी, भोंदूगिरी, नाटकीपणा, बेशरमपणा हे अवगुण, मुत्सद्दीपणाच्या लेबलाने प्रतिष्ठित ठरवले गेले. नालायक, बदमाष, लबाड माणसांची चलती झाली. परिणाम म्हणून सोज्वळ माणसांनी राजकीय विश्वाचा त्याग करून आपला सरळ मार्ग चालू ठेवला. सत्याच्या मारेकऱ्यांना ही बाब पथ्यावरच पडली. त्यामुळे सत्याची भानगडच त्यांच्या लेखी संपली.

राजकीय क्षेत्रातील हा नवा आदर्श उराशी बाळगून, सुमार बुद्धीच्या बेरकी मंडळींनी राजकारणी महापुरुषांचे गोडवे गाऊन आणि त्यांची सोय करून, संस्कृती, शिक्षण, सहकार, कला इ. विविध क्षेत्रांत स्वत:चे स्वार्थ डोंगराच्या पराक्रमातून उभे केले. हुजऱ्यांच्या फौजा पोसल्या. सत्याचा आणि सत्तेच्या राजकारणाचा अनुबंध तोडूनच सामान्य माणूस आज विचार करतो. पण त्याचा विश्वास अद्यापही शिक्षणव्यवस्था, न्यायव्यवस्था, कलाजगत, सामाजिक कार्याचे विश्व, या क्षेत्रांतील सत्याच्या प्रयोगावर आणि पूजेवर अबाधित आहे. पण या राजकारणेतर क्षेत्रांतही सत्याच्या पूजेबाबत संभ्रमच पदरी पडावा आणि अपेक्षाभंग व्हावा, अशी स्थिती आहे. कारण सत्याच्या प्रांतातही सोयीने आणि स्वार्थानेच सत्ता राबवली जाते. सत्तेला स्वातंत्र्याचा मूळ मंत्र पचणारा नसतो. म्हणूनच स्वतंत्र वृत्तीच्या व्यक्तींना, सत्ताधारी मंडळी दूर ठेवतात. मुस्कटदाबी करतात. सत्तेचे व्यावहारिक बळ मोठे असते. त्यामुळे त्या बळाच्या भयाने, सामान्य व अतिसामान्य कुवतीची माणसं, सत्तेच्या आश्रयाला सहज गतीने जाऊन बसतात. त्यामुळे सत्ताधाऱ्यांचा अहंभाव आणि व्यक्तिवाद वाढतो. ही सूज असते, माज असतो. सत्याची शक्ती मानसिक स्तरावर आणि बौद्धिक पातळीवर प्रगट होते. तेथे संख्याबळ नसतेच! कारण सत्याची ऊर्मी ही आतून येते. ती बलाढ्य शक्तीलाही न जुमानता, निर्भयपणे आपले कर्तव्य बजावते. जगाच्या इतिहासात सत्ताधाऱ्यांचा निर्णायक विजय, सत्याच्या पराभवातून झालाच नाही, कारण सत्य ही एक व्यक्तीची कमाई नसून ते सामाजिक व ऐतिहासिक संचित असते. त्याच्या विजयातच मानवतेचा हुंकार आणि मुक्तीचा आधार अधोरेखित झालेला असतो. सत्ता आणि सत्य यांचे हे डायलेक्टिक असे मनोहारी आहे. सत्याच्या संस्कारातूनच सत्ताधारी उभे व्हावेत. सत्याशी बेईमानी करणारे कोणीही असोत ते देशद्रोही आणि मानवताद्रोहीच असतात.

--*

.४१.

सेक्सचा आव्हानात्मक गुंता!

'सेक्स' ही वास्तवता अत्यंत जटिल आणि मानवी जीवनाची पायाभूत शक्ती आहे. संस्कृतीच्या संदर्भानुसार प्रत्येक समाजात सेक्सविषयक जीवन-संकल्पनांच्यामध्ये प्रचंड मतभिन्नता आहे. पण मानवी जीवन आणि प्राणीसृष्टी यांमध्ये 'सेक्स' ही कॉमन वास्तवता आहे. सेक्सचे शिक्षण शाळा-कॉलेजांतून द्यावे की नाही, हा प्रश्न अद्यापही भारतात चर्चेचा विषय आहे. वास्तविक पाहता जीवनातील अर्ध्यापेक्षा अधिक दु:ख-भोग 'सेक्स' च्या प्रश्नातून उभे राहिल्याचा इतिहास आणि वास्तवताही आहे. परंतु तरीही या गंभीर प्रश्नाकडे भारतीय जन-मानस, डोळस नजरेने पाहायला तयार नाही.

लैंगिकता ही शरीर-मानस पातळीवरील वास्तवतेचा गुंता आहे. ती अन्न-पाणी-हवा इतकीच मूलभूत प्रेरणा व गरजही आहे. तिच्या प्रभावाची व्याप्ती सर्व प्राणिमात्रांपर्यंत भिडणारी असते. मानवी जीवनाची नियंत्रक शक्ती सेक्स आहे.

भारतीय जनमानसात स्त्री-पुरुष संबंधाबाबत कमालीची सनातनी भावना आहे. एक पुरुष-एक स्त्री यांचा संसार व लैंगिक संबंध, हेच आदर्श असण्याची जीवनधारणा, भारतीय संस्कृतीने जोपासली. या 'संबधा' बाबत 'शुद्धते' चा प्रश्न अग्रक्रमावर कायम राहिला आहे. स्त्री-पुरुषांच्या लैंगिक संबंधाबाबतचे नियम व संकेत झुगारून देणारे लोक, 'व्यभिचारी' गणले जातात. शास्त्र किंवा विज्ञान प्रगत नसलेल्या काळात, 'एक पत्नी-एक पती' ही संकल्पना शुद्ध लैंगिक आदर्श म्हणून रुजवली गेली.

आज एड्सच्या काळात ही संकल्पना व्यवहारदृष्ट्या अत्यंत उपयुक्त व अत्यावश्यक ठरत आहे. परंतु 'लैंगिक शुद्धता' या संकल्पनेचा संपूर्ण तपशीलच निसर्गाला मान्य असतोच असे नाही. या कल्पनेत कर्मठपणाचा अतिरेक होऊनही दु:ख, वेदना, स्त्री-पुरुषांच्या वाट्याला आल्यात. विशेषत: स्त्रियांच्या बाबत

भारतींय पुरुषप्रधान संस्कृतीने स्वार्थासाठी संपूर्ण स्त्री जातीवर घातलेली बंधने, स्वत:वर मात्र लादली नाहीत. त्यामुळे सांस्कृतिक पक्षपात झाला. पाश्चात्त्य जगात नैतिकतेची कल्पना शिथिल आहे. ती व्यक्तिस्वातंत्र्याशी अधिक निगडित आहे.

नैतिक संकल्पना आणि निसर्ग वास्तवता, यांच्यात कमीतकमी संघर्ष असला तरच संस्कृती टिकते. अन्यथा संस्कृतीच्या पोटात विकृती जन्म घेते. हा प्रश्न तसा व्यामिश्र स्वरूपाचा आहे. संस्कृतीच्या बंधनात मानवी प्रकृतीमध्ये नांदणारा निसर्ग, प्रत्येक वेळी संयम पाळेलच याची शाश्वती नसते. म्हणून संस्कृती आणि प्रकृती यांच्यात सतत संघर्ष चालू असतो.

निसर्ग आपला गुणधर्म संस्कृतीला धडक मारून सिद्धीस नेतो. तेवढ्या प्रमाणात संस्कृतीला हादरा बसतो. त्यातून काही तडजोडीच्या कल्पना, संस्कृती जन्माला घालते. पण काही आदर्शांबाबत संस्कृती आपला आग्रह व्यापक हितासाठी कायम ठेवते. त्यामुळे संस्कृतीचा प्रवाह विकसित होत जातो आणि या प्रवासात प्रकृतीलाही काही प्रमाणात संस्कृतीमान्य व संस्कृतीअमान्य असे मार्ग सापडतात.

या दोन्ही प्रवाहांबरोबर प्रकृती व संस्कृतीच्या संघर्षासोबतच विकृतीही अधूनमधून-आपले अस्तित्व नोंदवत असते! काही स्त्री-पुरुषांच्या प्रकृती, मूलत:च लैंगिक संदर्भात अतिरेकी असतात. त्यांच्या ऊर्मी 'एकास एक' पद्धतीने समाधान पावू शकत नाहीत किंवा काही स्त्री-पुरुषांच्या प्रकृती लैंगिक क्षमतेच्या बाबत नपुंसकही असतात. ही अपवादभूत उदाहरणे, मानवी प्रकृतीमधील वास्तविक विकृतीची आहेत. नॉर्मल प्रवाहाचा विचार करता, पुरुष प्रकृती व स्त्री प्रकृती यांच्यातही लैंगिकदृष्ट्या मीलनाच्या संदर्भात फरक असल्याचे दिसते.

स्त्रियांच्या भावनांना योग्य तो न्याय मिळत नसल्याची वास्तवता, बहुसंख्य उदाहरणांतून लैंगिक विषयाच्या विद्धानांनी नोंदली आहे. या लैंगिक कोंडमाऱ्यातूनच संस्कृतीच्या नैतिकतेला बाजूला सारून, अनेक उदाहरणे घडताना दिसतात. अनेकदा भक्तीचे ढोंग करून अशा कोंडलेल्या स्त्रियांची सोय करणारे ढोंगी 'बाबा' आणि 'महाराज', समाजात अनेक आहेत. या महाराज-बाबांनी भोळ्या स्त्रियांची लूट करून लैंगिक शोषणही केले आहे. अंधश्रद्धेचा बाजार प्रत्येक युगात तेजीतच का राहिला, या मूलभूत प्रश्नाचे उत्तर, दांभिक बुवा आणि लुटल्या गेलेल्या आणि नंतर नाइलाज म्हणून सोय पाहणाऱ्या स्त्रियांच्या शोषणासंबंधात मिळते.

अंधश्रद्धा निर्मूलनातून 'बाबा', 'महाराज' यांचा पर्दाफाश झाला. ही बाब चांगलीच! पण ज्या स्त्रियांचा कोंडमारा घडतो, त्या अन्य मार्गाचा अवलंब

करणार. त्यांची श्रद्धा काल बुवावर होती, आता अंधश्रद्धेचे निर्मूलन करणाऱ्या नव्या 'अवतारा' वरही ही श्रद्धा बसू शकते. मानवी प्रवृत्तीनुसार अध:पतित झालेला माणूस, नव्या परिभाषेत शोषणाची प्रक्रिया सिद्ध करू शकतो. भाषेचा संदर्भ बदलतो. मानवी प्रवृत्ती-प्रकृत्ती तीच असते. म्हणून श्रद्धा आणि लैंगिक शोषण यांचे अनुबंध आणि इतिहास, अत्यंत डोळसपणे तपासावा लागतो. त्याशिवाय या प्रश्नाच्या पार्श्वभूमीतील सर्व संदर्भ, परखड अभ्यासातून उघडपणे नोंदले गेले पाहिजेत. स्त्री-वेश्येप्रमाणे 'पुरुष वेश्या' ही वास्तवताही तेवढीच गंभीर आहे, याची आठवण या संदर्भात महत्त्वाची आहे.

भारतीय मानसिकता लैंगिक प्रश्नाच्या उघड चर्चेला अद्यापही फारशी अनुकूल होत नाही. खाजगी बोलण्यात पुरुषवर्ग अत्यंत अश्लील शब्दांत चर्चा करतो. तरुण-वयस्क असा भेदही इथे फारसा अपवाद नसतो. शिवाय स्त्रियासुद्धा खाजगीत या प्रश्नावर आपले मनोगत मांडतातच. गावंढळ स्त्री-पुरुष तर त्यांच्या त्यांच्या बोलीभाषेत अस्सल आविष्कार करून लैंगिकतेचे प्रदर्शन करतात. बोलीभाषेतील अस्सल शिव्यांची यादी केली तर संपूर्ण लैंगिक संबंधाचा सिनेमाच डोळ्यांपुढे उभा राहतो. शिवाय वेश्याव्यवसाय चालूच आहे. तो केवळ स्त्रियांचा नसतो. त्यात पुरुषांची भागीदारी आहे. मग या प्रश्नावर गप्प राहण्यात ढोंग आणि धोका नाही काय?

माणसाच्या मूलभूत गरजांच्या पूर्तीसाठी सर्व शक्तीनिशी मानवाचा प्रत्येक विभाग कामास लागला आहे. पण लैंगिक प्रश्नावर मात्र संशोधन, प्रयोग, शिक्षण, अभ्यासक्रम, उपचार, लेखन, चर्चा इ. बाबत प्रचंड उदासीनता आढळते. लैंगिक प्रश्नाच्या सोडवणुकीतच मानवी जगाच्या अर्ध्यापेक्षा अधिक दु:ख-वेदना संपणार आहेत हे सत्य आम्हाला केव्हा कळावे?

--*

.४२.

समग्र विकास आणि सांस्कृतिक सुरक्षितता

मानवी जीवनाच्या सार्थकतेसाठी भौतिकवाद आवश्यकच आहे. पण भौतिकवाद आणि भोगवाद यांमधील मूल्यात्मक फरक न करता आधुनिक जग, चैन आणि विलास यांच्यात बुडून जात आहे. भोगलालसा ही नैसर्गिक म्हणून तिचे समर्थन करणे योग्य असले तरी, भोगाला जर मर्यादा नसेल तर मिळणारा आनंद हा दुःखातच रूपांतरित होतो. आध्यात्मिक संकल्पना-व्यूह हा अशास्त्रीय व गूढ असल्याने, हे विश्व मानवी जीवनाच्या संदर्भात शाश्वत सुख देण्यासाठी फसवा उपाय असल्याची भूमिका, भैतिकवाद्यांची आहे. या भूमिकेचे मूल्य निश्चितच श्रेष्ठ दर्जाचे आहे. पण भौतिकवादी भूमिकेचा आधार घेऊन, भोगवादाच्या अतिरेकात बुडणाऱ्या छंदी-फंदी माणसांना काय भवितव्य उरणार?

नैसर्गिक गरजांची पूर्तता करणे–सोय लावणे, हे मानवी संस्कृतीचे कर्तव्य असते. पण संस्कृतीच्या व्यापक नैतिक संकल्पनेचे मूल्यभान, सर्व नागरिक ठेवतातच असे नाही. म्हणूनच अनावश्यक गरजांची निर्मिती समाजात झाली आहे. या कृत्रिम गरजा अनावश्यक प्रश्नांची उपज निर्माण करतात. त्याचा परिणाम म्हणून समाजाचे-माणसांचे खरेखुरे प्रश्न, खोट्या उत्तरांना जन्म देतात. त्यातून एकूणच सांस्कृतिक पर्यावरणात खोटे रंग, खोट्या लाटा आकार घेतात. परिणामतः निर्माण होणाऱ्या जाणीवासुद्धा खोट्या जीवनधारणेचे द्योतक बनतात. याच कृत्रिम व खोट्या जीवनाला-जगण्याला, संपूर्ण समाज खरे जीवन मानण्याची चूक करून बसतो.

खोटे प्रश्न, खोटी उत्तरे, कृत्रिम जीवनजाणीव, संस्कृतीच्या प्रत्येक प्रवाहात शिरून आपला प्रभाव गाजवतात. त्यामुळे कला, वाङ्मय, इतिहास, तत्त्वज्ञान या विविध धारा नावीन्याने बहरल्याचा भास होत असला तरी, ती सांस्कृतिक सूज असते. म्हणूनच जीवनाच्या प्रत्येक क्षेत्रातील 'विकास' ही

वास्तवता समजून घेताना ती समाजजीवनाच्या विशिष्ट अंगाची सूज आहे की सौष्ठव आहे याची चिकित्सा कठोरपणे करणे आवश्यक ठरते.

सार्वत्रिक जीवनाच्या कल्याणाचा ध्येयवाद, 'विकास' या संकल्पनेशी जुळवूनच, समाजचिंतनाची नवी दिशा अधोरेखित करणे भाग आहे. विशिष्ट गट, व्यक्ती, संस्था, देश यांच्या संकुचित जाणीवविश्वातील मूठभरांच्या भोगवादाची सोय सिद्ध करणाऱ्या वास्तवतेलाच, आज 'विकास' म्हणणार आहोत काय?

पोटाची भूक भागविण्यासाठी स्त्रीला स्वत:च्या शरीराचा भोग विक्रीस काढण्याची शक्ती ज्या समाजात आहे, तो समाज विकसित कसा मानावा? हृदयाच्या ऑपरेशनसाठी नाइलाजाने स्वत:चेच मूत्रपिंड विकून पैसा जमविण्याची पाळी, ज्या दुर्दैवी माणसावर येते, त्या समाजाच्या संस्कृतीचे दारिद्र्य नजरेत भरून प्रश्नचिन्ह बनते. गर्भपातानंतरचे गर्भ चविष्टपणे खाणारा मानवी समूह, संस्कृतीच्या दोन-चार हजार वर्षांच्या प्रवासानंतरही रानटी टोळ्यांच्या युगाचीच आठवण देतो. हजारो रुपयांचे बूट वापरून व्यक्तिगत सुखाची विकृती जोपासणारे साम्यवादी राजकर्ते जेव्हा मार्क्सच्या नावाचे कुंकू लावून रशियात समाजवादी साम्राज्य उपभोगतात, तेव्हा मार्क्सवादाच्या पेरणीतच विकृतीही पेरली जाते आणि म्हणूनच साम्यवादी विकासही संशयास्पद ठरू लागतो.

व्यक्तिवादाला मर्यादा घालूनच सार्वजनिक प्रश्नांच्या उत्तरांची वाट मोकळी होते. मार्क्सला भौतिकवाद आवश्यक वाटतो पण भोगवादाच्या अतिरेकामध्ये 'सरप्लस' असतेच. त्यापासून भौतिकवादाला वाचवले पाहिजे. अर्थातच विवेक आणि ज्ञानविज्ञान यांच्या बेरजेतून स्वत:सह समाजाला न्याय देण्याची परंपरा जोपासली पाहिजे.

अध्यात्माने तर भोगवाद निंद्यच मानला. पण भोगवादाच्या मुळाशी असणारा भौतिकवाद नाकारणे शक्य नसते. कुठलाही मानवी समूह, आध्यात्मिक जाणिवा पेलणारा समूह सुद्धा, भौतिकता आणि भोगवाद टाळू शकत नसतो. कारण निसर्ग हाच बलशाही असून माणूस त्याच निसर्गाचा घटक आहे. म्हणून निसर्गनियमांपासून तो मुक्त राहू शकत नाही. तरीही भोगाला सीमा असणे आवश्यकच!

सामूहिक हित धोक्यात न आणता आणि व्यक्तीच्या स्वातंत्र्याला अबाधित ठेवून निसर्गाच्या प्रेरणांची आणि प्रश्नांची सोय लावण्यातच मानवी संस्कृतीचे सुरक्षितपण सिद्ध होईल. संस्कृतीचा विकास सुद्धा याच अधिष्ठानावर व्हावा लागतो.

--*

.४३.

पहाट–गर्भ

माणूस हा निसर्गाचाच घटक असल्याने, निसर्गव्यवहाराप्रमाणेच मानवी जगातही सतत बदल चालू असतात. बदल आणि गतिमानता, हा जगताचा महत्त्वपूर्ण नियम आहे. परंतु निसर्गप्रक्रियेतील स्वाभाविक बदल हे मानवी जीवनाच्या कल्याणकारी परिमाणाच्या अटीमध्येच सिद्ध होतात अशी शाश्वती देता येत नसते. या ठिकाणी माणसाची सांस्कृतिक पुण्याई आवश्यक ठरू लागते. सांस्कृतिक संचित हे मानवी समाजाचे सर्वश्रेष्ठ भूषण आहे. माणसाच्या सुखासाठी संस्कृतीच्या विविध प्रवाहांनी सातत्याने विधायक कर्तृत्व प्रत्येक कालखंडात रुजू केले आहे. अर्थात गौरविलेल्या सांस्कृतिक संचितामध्येही काही विकृतीचे पदर शिल्लक राहून तेवढ्या प्रमाणात मानवता दुःखीच झाली. पण निसर्गावर मात करून माणूस सुखी करताना, सांस्कृतिक मूल्यांनीच निर्णायक इतिहास घडवला, हे सत्य विसरता येत नाही.

सांस्कृतिक वारश्यात उपजलेल्या अनेक विकृत परंपरांनी, मानवनिर्मित विषमता पोसली. त्यात जातिव्यवस्था, वर्गव्यवस्था, या वास्तवतेने प्रचंड दुःख आणि वेदना मानवतेच्या माथी मारल्या. ही सर्व भौतिक दुःखपरंपरा खरे पाहता माणसाच्या सडक्या मेंदूचा पराक्रम आहे. पण ही कुरूप वास्तवता, अनेक गोंडस तत्त्वज्ञान-परंपरांच्या आवरणाखाली, आध्यात्मिक प्रचाराने रुजवली गेली. जगाच्या उत्पत्तीचे अनेक भाकड सिद्धान्त, विविध धर्मांच्या अशास्त्रीय धर्मग्रंथातून मांडले गेले. ईश्वरी संकल्पनेच्या साह्याने अनेक अंधश्रद्धांची पेरणी प्रत्येक युगात सर्रासपणे करण्यात आली. त्याचा एकूण परिणाम मानवजातीपैकी बहुसंख्य जनता गुलाम झाली आणि गुलामी हे दुःखायात्रेचे दुसरे नाव आहे.

कर्मविपाकाच्या सिद्धान्तातून वैदिक संस्कृतीच्या इतिहासात, पाप-पुण्य, स्वर्ग-नरक यांचे कारस्थान रचले गेले. जातिव्यवस्था आणि स्त्रियांची गुलामी

याच सिद्धान्ताच्या आधारे रुजवली गेली. परिणामत: भारतीय समाजातील ५० टक्के स्त्रीशक्ती आणि उर्वरित पुरुषांपैकी बहुजनांची अफाट संख्या सामाजिक, धार्मिक आणि आर्थिक गुलामीमध्ये कैद झाली. बहुसंख्याक जनतेची संपूर्ण विधायक शक्ती, भारतीय संदर्भात श्रेष्ठ मानल्या गेलेल्या सांस्कृतिक परंपरेतील दार्शनिक प्रवाहांनी कुजवली. या विदारक सत्याचा भंडाफोड करणारे, चार्वाक, बुद्ध, म. फुले, आगरकर, शाहू-आंबेडकर ही परंपरा उपेक्षित राहिली. पण हीच परंपरा खऱ्या मानवी संस्कृतीच्या अभ्युदयावर हक्क सांगणारी आहे.

जगातील-जीवनातील दु:खांचा विचार सर्वच तत्त्वपरंपरा करतात. पण स्वत:च्या कर्तृत्वानेच माणसाचे दु:ख वाढविण्याचे कामही यांपैकी अनेक दार्शनिक प्रवाहांनी त्यांच्या हेतूच्या विरुद्ध जाऊन केले. सर्व आत्मे समान असून ते परमात्म्याचे अंश आहेत, असे उदात्त समतेचे तत्त्व सांगणारी अद्वैत परंपरा, संपूर्ण जग हेच माझे घर मानते. जगाच्या सर्व दिशांनी उदात्त विचार माझ्याकडे यावेत ही भारतीय वेदांची उत्कट आणि व्यापक इच्छाही आहे. परंतु याच उदात्त तत्त्वज्ञानाच्या आधिक्यामध्ये वर्णव्यवस्था, जातिव्यवस्था आणि स्त्री-पुरुष विषमता रुजवली गेली आणि आत्म्यांच्या समानतेला शरीराचा विटाळ बांधून त्याचे कारण मागच्या जन्माच्या कर्मावर सोपवले गेले.

पूर्वजन्म आणि पुनर्जन्म यांच्या अशास्त्रीय कल्पना, धर्माच्या नावे रुजवल्या. प्रत्यक्षात भौतिक जीवनातील सर्व सुख मूठभर लोकांनी लुबाडले आणि बहुसंख्य जनता नागवली गेली. भाकरीपासून कलेपर्यंतच्या सर्व आनंदांना पारखी झालेली जनता, वेदनेच्या प्रवासात प्रत्येक काळात खचत गेली. तत्त्वज्ञानात्मक भ्रष्टाचाराचे पाप किती भयानक असते, याचे हे उदाहरण ठरावे. जागृतीच्या लाटा आधुनिक युगात प्रथम युरोपमध्ये आल्या. माणसाच्या हक्कांचा जाहीरनामा पुढे आला.

गुलामीच्या बेड्या तोडण्यासाठी काही समंजस क्रांतिवादी हातही पुढे आले आणि गुलामांनाही जाग येऊन त्यांनी हातापायांतील साखळदंड स्वत:च तोडायला प्रारंभ केला. पाश्चात्त्य जगातील हा चमत्कार तेथील प्रगतिवादी संस्कृतीने घडवून आणला. नव्या प्रबोधनाचा हा परिणाम होता.

जगातील सर्व धर्मपरंपरांनी सत्याचा आणि नीतीचा उद्घोष करून मानवजातीच्या मुक्तीची वाट दाखवण्याची हमी घेतली. पण याच धर्मपरंपरेच्या पुढाकाराने प्रत्येक समाजात गुलामी रुजवली गेली होती. नव्या आत्मभानाने प्रेरित झालेली जागतिक मानवता, स्वत:च्या सुखाचा ध्यास घेऊन संघर्षाला सज्ज झाली आणि पहिली सलामी झडली ती प्रत्येक समाजातील धर्माशी!

धर्माची चिकित्सा, विरोध या क्रमाने धर्माची अनावश्यकता, या ठिकाणापर्यंत ही बंडखोर मंडळी आली. हा सर्वच प्रवास अत्यंत परिश्रमाचा, यातनांचा घडला. नवे विज्ञान, नवे विचार आणि नव्या सांस्कृतिक कल्पनांनी, मानवी जीवन बहरून आले. शोषणाचे जुने अड्डे हादरू लागले. 'शोषणमुक्त मानवता' हे नवे स्वप्न नव्या तत्त्वज्ञांनी उराशी बाळगले. अध्यात्माऐवजी जीवनाचे खरेखुरे केंद्र भौतिक वास्तव ठरले आणि कलावंत, राजकारणी, सुधारक नव्या तळमळीने समर्पित जीवन जगू लागले. मानवतेची ही पहाट होती. या पहाटेमध्ये उद्याचे उज्ज्वल भविष्य अधोरेखित झाले आहे.

--*

.४४.

'इहवादी' संतत्व वंदनीय!

वारकरी संप्रदायाचा पाया ज्ञानेश्वरांनी घातला. नाथ संप्रदायाचा वारसाही ज्ञानेश्वर सांभाळतात. परंतु मुख्यत: भक्तीचे विकेन्द्रीकरण करण्याच्या उद्देशाने ज्ञानेश्वरांनी अध्यात्माचे क्षेत्र, सर्व जातीजमातीच्या, पंथांच्या लोकांना मुक्त केले. याच अवस्थेला 'आध्यात्मिक लोकशाही' म्हटले जाते.

वारकरी पंथामध्ये 'संत' या संकल्पनेला अत्यंत महत्त्वाचे स्थान आहे. परमेश्वराचे अवतारकार्य संपलेल्या अवस्थेत, प्रत्यक्ष परमेश्वरस्वरूप असलेल्या संतसज्जनांच्या संगतीमध्ये राहून, जीवनाचा उद्धार करून घेण्याची अपेक्षा, प्रत्येक माणसाच्या मनात उभी राहिली. संत हे पारमार्थिकांचे वाटाडे आहेत, तसेच प्रापंचिकांचेही वाटाडे आहेत. जीवनातील योग्य-अयोग्य, पवित्र-अपवित्र या सर्वांची स्थूल चिकित्सा करून, योग्य त्या मार्गाचा उपदेश करण्याचे सामर्थ्य वारकरी संतांनी व्यक्त केले आहे. मोक्ष हा 'साध्य' असला तरी तो कसा मिळवायचा, हा प्रश्न सर्वांपुढेच होता. मोक्षाचे मार्गदर्शन सामान्य माणसांना संतांकडूनच झाले आणि मोक्ष मिळवण्यापूर्वी प्रपंच नेटका कसा करावा, याची उपदेशात्मक पुण्याईसुद्धा संतांकडूनच लोकांना मिळाली. या अर्थाने वारकरी वाङ्मयात 'संत' संकल्पना मध्यवर्ती ठिकाणी आहे. संतत्त्वाची अनेक लक्षणे वारकरी वाङ्मयात आढळतात.

झाडाच्या मुळावर कुऱ्हाड चालवणारा माणूस आणि झाडाची पूजा करणारा माणूसच! या दोन्ही माणसांना झाड सावली देते. फळ देते. त्याप्रमाणे संत सोशिक असतात, संत जगावर सम प्रमाणात प्रेम करणारे असतात.

षड्विकारांच्या पलीकडे जाऊन ते जीवन जगतात आणि लोकांना विकारातून मुक्त करण्याचा प्रयत्न करतात.

संतांचे घरी येणे म्हणजे दिवाळी दसराच अशी भावना, संत वाङ्मयात

व्यक्त झाली आहे. संत म्हणजेच चालता बोलता ईश्वर, अशी ही भक्तांची धारणा!

"तुम्ही संत मायबाप कृपावंत" असा टाहो सर्वच वारकरी पंथीयांनी फोडलेला आहे.

मायबापाचे अंत:करण, संतांच्या ठिकाणी असते. म्हणूनच त्यांच्या विश्वासाला अनन्यसाधारण महत्त्व आहे.

संत एकनाथ म्हणतात– 'संतभेटीचा आनंद! सुखसागर परमानंद' तसेच संत तुकारामांचा पुढील अभंग पाहा–

जे का रंजले गांजले,

त्यांसी म्हणे जो आपुले,

तोची साधु ओळखावा,

देव तेथेची जाणावा.

ही काव्यपंक्ती संतत्वाचे स्वरूप उलगडून दाखवते. योग, ज्ञानमार्गाचे काठिण्य, सर्वसामान्य माणसाला आकळणे शक्य नाही. म्हणून सामान्यांच्या मुक्तीचा विचार करताना भक्तीसारखा सोपा मार्ग, कर्माच्या अटीतच ज्ञानेश्वरादी संतांनी मांडला. रंजल्या गांजल्यांचा कैवार ही वास्तवता, भौतिक जीवनातील महत्त्वपूर्ण घटना आहे. दलित मुलाला कडेवर घेणारे संत एकनाथ, मूर्तिमंत संतत्वाचे उदाहरण आहे.

साधूची ओळख भगव्या कपड्यावर अवलंबून नसून, त्याच्या व्यापक करुणाबुद्धीवरच त्याचे संतत्व अबलंबून आहे. तेव्हा संतत्व हे अध्यात्माच्या ध्यासातून भौतिक जीवनातील दु:खमुक्तीलाही सामोरे जाणारे आहे. या संतत्वात करुणाबुद्धीची विशालता आणि व्यापकता ओतप्रोत भरून आहे. म्हणूनच केवळ मानवजातीपुरती या संतत्वाची जाणीव मर्यादित राहात नाही. 'अवघें विश्व माझे घर' आहे असे मानणारी विशालता, या संतत्वात सामावली आहे. म्हणूनच किडा-मुंगीवर, दगड-धोंड्यावरही या संतत्वाच्या परंपरेने प्रेम केले, त्यांना आपले मानले, त्यात स्वत:चेच रूप पाहिले.

वारकरी वाङ्मयातील संतत्वाची कल्पना, व्यापक अनुभूतीच्या प्रामाणिक आविष्कारावर बेतली आहे. या संतत्वाला अद्वैत तत्त्वज्ञानाची बैठक प्राप्त झाली आहे. हे विश्व वेगळे नसून मीच आहे. तेव्हा प्रत्येक अणुरेणूत परमेश्वराचे रूप अनुभवण्याची, त्याच्याशी एकरूप होऊन तादात्म्य पावण्याची आणि स्वत:चे ईश्वरी तत्त्व अनुभवण्याची प्रक्रिया, संतत्वाच्या संकल्पनेत गृहीत आहे. म्हणूनच

संतत्व हे स्वप्न नसून तो वास्तवाचा भाग बनलेला जीवनानुभव आहे.

देवत्व आणि माणूसपणा यांच्यामध्ये दुवा म्हणून संतत्व कार्यरत आहे. वास्तविक जीवनमुक्त साधकाला जगाशी घेणे-देणे काहीच नसावे.

पण सर्वसामान्य माणसांच्या चिंतेतून संत दीपस्तंभासारखा उभा राहतो. स्वतःच्या उद्धारात, मोक्षात तो समाधानी नाही. त्याला संपूर्ण जगाचे कल्याण हवे आहे. या कर्तव्यकर्मात त्रास सहन करूनही संत शेवटी जगाच्या कल्याणाचे कर्तव्य पार पाडीत असतात. जगासाठी छळ, दुःख सहन करतात. जगाचे 'आईपण' संतांनी स्वीकारले आहे. प्रापंचिक संदर्भातील भौतिकतेच्या निकषावर वैश्विक नैतिकता सिद्ध करणारे वैदिक परंपरेतील संतत्व, अवैदिक बुद्धाशी संवादी ठरते. हे इहवादनिष्ठ संतत्वच मला वंदनीय आहे. कारण या संतत्वाचा सांधा, आधुनिक काळातील संपूर्ण मानवजातीच्या भौतिक दुःखाचा निचरा करू इच्छिणाऱ्या श्रेष्ठ महापुरुषांच्या, ज्ञानी महर्षींच्या, अभिजात कलावंतांच्या आणि शास्त्रीय सत्याची मानवी कल्याणासाठी पूजा बांधणाऱ्या विज्ञाननिष्ठ विचारवंतांच्या कर्तृत्वाशी जुळणारा आहे.

मानवाचे दुःख मुख्य आव्हान असून संतांनी त्यांच्या परिभाषेत ते त्यांच्या अध्यात्मनिष्ठ भौतिक भूमिकेत पेलण्याचा महान प्रयत्न केला. त्यातील मूल्यात्मकता नाकारता येणार नाही. कारण त्याच मूल्यव्यवस्थेवर आज सर्व नवमानवतावादी क्रांतिकारी प्रवाह उभे आहेत.

--*

.४५.

श्रद्धा : मूल्य आणि 'दुकानदारी'

श्रद्धेशिवाय मानवी जीवन नीरस आणि पंगू बनेल. एकूण श्रद्धेचे समर्थन विचाराच्या, सौंदर्याच्या आणि नीतीच्या क्षेत्रांतील बहुसंख्य विद्वानांनी केलेले आहे. परंतु 'प्रत्येक श्रद्धा ही अंतिमत: अंधश्रद्धा असते' असा विरोधी विचारही या संदर्भात मांडला गेला आहे. त्यामुळे श्रद्धा ही संकल्पनाही विरोधाच्या वादळात सापडली आहे. श्रद्धा आणि अश्रद्धा या दोन्ही बाजूंना युक्तिवादाचे पाठबळ जरूर आहे. तथापि दोन्ही भूमिकांतील तथ्यांश जाणून घेणे हे खऱ्या अभ्यासकाचे काम आहे.

श्रद्धेचा अनुबंध भावनेशी जुळतो. पण बुद्धिवाद्यांनाही श्रद्धेची गरज पडतेच. आस्तिकांच्या श्रद्धा ईश्वरावर केंद्रित झाल्यात. परंतु बुद्धिप्रामाण्याचा निकष लावून सिद्ध न झालेली संकल्पना, प्रमाण मानणे हे सत्याच्या दृष्टीने अयोग्यच म्हटले पाहिजे. प्रत्यक्ष प्रमाणातून सिद्धीस उतरलेले सत्य, हाच श्रद्धेचा विषय ठरावा. अर्थात या प्रक्रियेत भावना आणि श्रद्धाशीलता यांच्याऐवजी वस्तुनिष्ठता आणि बुद्धिप्रामाण्य यांना निर्णायक महत्त्व प्राप्त झालेले असते. या भूमिकेनुसार विचार करता, ईश्वर ही संकल्पना सत्याच्या प्रयोगशाळेत संशयास्पद ठरते.

श्रद्धेने समाधान मिळते. श्रद्धेने जीवनाचा अर्थ अधिक सुसह्यपणे लावता येतो. श्रद्धेने मानवी जीवनात विधायक बदलही घडतात. ईश्वरी श्रद्धेच्या परिणामातून माणसातील प्रशुत्वावर माणूस मात करू शकतो. ईश्वराच्या भीतीमुळे माणूस, 'माणूस' बनत गेला. धर्मश्रद्धेतून राष्ट्रांची स्वातंत्र्ययुद्धेही लढली गेलीत.

परंतु श्रद्धेचे हे विधायक योगदान मान्य केले तरी श्रद्धेतूनच निर्माण झालेली विध्वंसक शक्ती आणि विध्वंसक इतिहासही आपणास दृष्टिआड करता येणार नाही. धर्माच्या श्रद्धेतूनच धार्मिक युद्धे जगभर लढवली गेलीत. परिणामत:

माणसांचेच रक्त माणसांनी इतिहासाच्या पानापानावर सांडले. वर्ण-जातीच्या श्रद्धेतूनच दलितांवर हजारो वर्षे अन्याय केला गेला. या श्रद्धा डोळस नव्हत्याच. अंधश्रद्धा या अंतिमत: घातकच असतात.

धर्ममार्तंडांनी आणि भोंदू साधू-बुवांनी भोळ्या जनतेच्या अंधश्रद्धेचे भांडवल जमवून त्यांचे शोषणच केले. हजारो स्त्रियांना ढोंगी बुवा आणि महाराजांनी सर्वार्थाने लुबाडून घेतले. अंधश्रद्धेतून विकृती जन्माला येते. हीच विकृती प्रत्येक धर्माच्या माणसांमध्ये आज स्थायीभावाच्या रूपात कार्य करीत आहे. म्हणूनच एक नवे आव्हान आज उभे आहे. श्रद्धा ही विज्ञाननिष्ठ सत्याच्या विरोधी जाते, तेव्हा ती अंधश्रद्धा बनते. या अंधश्रद्धेने आता अज्ञानी जनसमूहांसह सुशिक्षितांचे जनसमूहसुद्धा आपल्या कब्जात घेतले आहेत. विवेक, निष्ठा आणि शास्त्रीय सत्य यांचा बळी घेऊन, अनेक विचारवंतही, विकृतीची पूजा संस्कृतीच्या नावे आपल्या ग्रंथामध्ये करीत आहेत.

जुने महाराज आणि बुवा यांचे अंधश्रद्धेचे मठ उद्ध्वस्त करण्याची प्रकिया सुरू झाली आहे. परंतु सत्याच्या नावे महापुरुषांचा जयघोष करूनच नव्या अंधश्रद्धांची पेरणी करण्याचे कामही काही आधुनिक विद्वान श्रद्धेने करीत आहेत. त्यांच्या तोंडी महापुरुषांची नावे असल्याने, अंधश्रद्धेचा संशयच येत नाही. परंतु प्रत्येक महापुरुषाच्या सुद्धा काही अंधश्रद्धा आणि अंधविश्वास असू शकतात, याचे भान या विद्वानांना कसे येणार? त्यामुळे नव्या पिढीतील बुद्धिप्रामाण्यवादी अभ्यासकांचे काम आता अधिक वाढले आहे. वैज्ञानिक भाषेतील या नव्या अंधश्रद्धा, त्यांना तपासाव्या लागतील. नव्या तत्त्वज्ञांचे नवे मठ आणि नवे संप्रदायसुद्धा नव्या अंधश्रद्धेचेच नशाबाज अड्डे आहेत काय? याची परखड तपासणी केली पाहिजे. अन्यथा जुन्या भोंदू बुवाबाजीची जागा ही नवी बुवाबाजी घेईल आणि समाज पुन:पुन्हा जुन्या-नव्या अंधश्रद्धांच्या चक्रात सापडेल.

सत्याशी सुसंवाद साधणारी श्रद्धा, माणसाला हवीच आहे. याच डोळस श्रद्धेचा मी सत्यनिष्ठ पुजारी आहे.

--*

www.ingramcontent.com/pod-product-compliance
Lightning Source LLC
Chambersburg PA
CBHW031312280626
47169CB00018B/1239
9789382988816